કિશોરો માટે ઈકિગાઈ

હેક્ટર ગાર્સિયા અને ફ્રાન્સેસ્ક મિરાલેસ

અનુવાદ કાશ્યપી મહા

કિશોરો માટે ઈકિગાઈ

તમારા અસ્તિત્વનું કારણ શોધો

પ્રથમ આવૃત્તિ – જૂન ૨૦૨૬

પ્રકાશક – વાવ પબ્લિશિંગ હાઉસ

મુદ્રક – ટ્રિનિટી અકાદમી ફૉર કૉર્પોરેટ ટ્રેનિંગ લિ., પુણે

અનુવાદ : કાશ્યપી મહા

ISBN : 978-81-69572-05-7

KISHORO MATE IKIGAI
by Héctor García and Francesc Miralles

નિકો ને,
જેણે ઈકિગાઈના માર્ગ પર ઘણા
અદ્‌ભુત સાહસો કર્યા

અનુક્રમણિકા

ભાગ – ૩

ચાર વર્તુળ ૭૭

ભાગ – ૪

ઈકિગાઈના માર્ગે જીવવું ૧૦૯

પ્રસ્તાવના
એક નકશાવિહીન પ્રવાસ

'જ્યારે એક પ્રવાસી તૈયાર હોય,
ત્યારે તેનો માર્ગ આપોઆપ તૈયાર થઈ જાય છે.'
- એક ઝેન કહેવતમાંથી

આ પુસ્તક તમારા હાથમાં છે તે કોઈ આકસ્મિક ઘટના નથી. તે તમને શોધતું આવ્યું છે કારણ કે તમે એક મિશન – તમારા જીવનની સૌથી રસપ્રદ યાત્રા પૂર્ણ કરવા માટે તૈયાર છો.

તમે એક રહસ્યમય વિશ્વ તરફ જઈ રહ્યા છો, જ્યાં તમે ક્યારેક શું કરવું તે વિચારશો અથવા પોતે ક્યાંક ખોવાઈ ગયાનો અનુભવ કરશો, પરંતુ તેમ કરવાનું ચાલુ રાખવા જેવું છે કારણ કે અંતે એક મહાન ઈનામ તમારી રાહ જોઈ રહ્યું છે : તમારા અસ્તિત્વનું કારણ.

તે એક રોમાંચક પ્રવાસ હશે ! આખા પ્રવાસમાં તમને કેટલાક સંકેતો મળશે. તેમાંથી કેટલાક તમને મદદ કરશે. અન્ય તમને ક્યાંય દોરી જશે નહીં. તે તમારા માર્ગ પર તમારી કસોટી કરવા અને તમારા ચારિત્ર્ય અને હિંમતને પડકારવા માટે છે.

જેમ કાંટા વિના ગુલાબ નથી હોતું, તેમ સંઘર્ષો અને મુશ્કેલીઓ વિના કોઈ મહાન સાહસ નથી થતું.

આ પ્રવાસનો કોઈ નકશો નથી કારણ કે આ અગાઉ કોઈએ આ પ્રદેશનું ખેડાણ નથી કર્યું. તે એક નવી દુનિયા છે, જેમાંથી પસાર થતાં તમે એકલા જ

તેને શોધી શકો છો. અને તે તમારું પોતાનું ભાગ્ય છે – તે સ્થળ જ્યાં તમે તમારું ભવિષ્ય શોધી રહ્યા છો.

જો તમે ચાલીને થાકી જાઓ છો, તો તમે સાઈકલ ચલાવી શકો છો.

કલ્પના કરો કે તમે પહેલેથી જ તે સાઈકલ પર બેઠા છો. ટાયર હવાથી ભરેલા છે, સાંકળ તેલવાળી થઈ ગઈ છે અને તમે જંગલની વચ્ચે એક સપાટ રસ્તા પર સરળતાથી સાઈકલના પેડલ મારી રહ્યા છો.

લાંબા સમય સુધી સાઈકલ ચલાવ્યા પછી, તમારા માથે સૂર્ય હોવાથી પરસેવો પાડતા તમે એવા એક સ્થળે પહોંચો છો જ્યાંથી ખરેખર રસ્તો ચાર ભાગમાં વિભાજિત થાય છે. અહીંથી અલગ-અલગ રસ્તાઓમાંથી તમે કોઈ એક રસ્તો પસંદ કરી શકો છો. દરેક રસ્તે એક ગંતવ્ય દર્શાવતું ચિન્હ છે.

પહેલા રસ્તે મોટા સોનેરી અક્ષરોમાં લખેલું છે :

નાણાં

કદાચ તમે તમારું જીવન બદલનારા પ્રવાસ માટે આ રસ્તો અપનાવવા ઈચ્છો છો. એવું કહેવાય છે ને કે પૈસા કંઈપણ ખરીદી શકે છે અથવા લગભગ કંઈપણ....તે પ્રેમ ખરીદી શકતા નથી, જેમ કે રોક સંગીતના ઈતિહાસમાં સૌથી પ્રખ્યાત બેન્ડે એક વખત ગાયું હતું (તે બીટલ્સ હશે, લગભગ પચાસેક વર્ષ પહેલાંની). તે તમારા મિત્રો પણ ખરીદી શકતા નથી. (કેટલાક લોકો એમ કહી શકે છે કે તેનાથી વિરુદ્ધ છે – જો તમે નાણાંમાં આળોટી રહ્યા છો, તો તમને હંમેશા આશ્ચર્ય થશે કે શું લોકો તમારી નજીક આવવા માંગે છે, જેથી તેઓ તેમાંથી થોડું મેળવી શકે.)

શું ખુશી ખરીદી શકાય છે ? ના, તેમ કરી શકાતું નથી.

આ માર્ગ પસંદ કરતા પહેલાં, અન્ય ત્રણ માર્ગ તપાસવા યોગ્ય છે. આ રીતે, તમે તમારા માટે શ્રેષ્ઠ માર્ગની પસંદગી કરી શકશો.

ચાલો, બીજા એક માર્ગ પર નજર કરીએ.

કીર્તિ

તમે કદાચ ક્યારેક સેલિબ્રિટી બનવાનું સ્વપ્ન જોયું હશે. તમે જેટલી વાર એક નવો વીડિયો પોસ્ટ કરો ત્યારે દર વખતે હજારો લાઈક્સ મળે, સોશિયલ

મીડિયા પર તમારા લાખો ફોલોઅર્સ હોય, તમે જ્યાં જાઓ ત્યાં તમને સેલ્ફીઝ માટે પૂછવામાં આવે, આ બધું ઘણું અદ્ભુત લાગે છે. પરંતુ જો તે એક દુઃસ્વપ્ન બની જાય તો શું ? જો તમને તે ગાંડપણ વચ્ચે ફક્ત તીવ્ર એકલતા જ લાગે તો ?

ઘણા પોપ સ્ટાર્સ કહે છે કે, હજારો લોકોની સામે સ્ટેજ પર હોવા છતાં, શો પછી તેઓ ઘરે જાય છે....એકલા.

તમારા જીવન માટે આ માર્ગ પસંદ કરતા પહેલા, બાકી રહેલા બે નો પણ વિચાર કરો. અહીં ત્રીજો આવે છે :

શક્તિ

શક્તિશાળી બનવું મજાનું હોવું જોઈએ. સુપરહીરો પાસે હંમેશા અમુક પ્રકારની ખાસ શક્તિ હોય છે, જે બાકીના સામાન્ય માણસો પાસે નથી હોતી. (ભલે તે ફક્ત ઉપરછલ્લી દેખાતી અને વિનાશ નોતરનારી હોય) કાલ્પનિકતાને બાજુ પર રાખીએ તો, શક્તિ ધરાવતી વ્યક્તિ એવી હોય છે, જેના હાથમાં બીજા ઘણા લોકોનું ભાગ્ય હોય છે.

રાણી પોતાની પ્રજા પર એટલી સત્તા ધરાવે છે, કંપનીના બોસ તેમના કામદારો પર પોતાની સત્તા ચલાવે છે.

જો તમે આ માર્ગ અપનાવવાનું વિચારી રહ્યા છો, તો આ બાબત ધ્યાનમાં રાખો કે શક્તિશાળી લોકો પ્રત્યે અન્ય લોકોના મનમાં સામાન્ય રીતે પ્રેમ નથી હોતો પરંતુ એક પ્રકારનો ભય હોય છે.

જો કે, નિર્ણય લેતા પહેલાં, તમારે આંતરછેદ પર ચોથું અને અંતિમ ચિન્હ જોવું જોઈએ.

ઈકિગાઈ

દુનિયામાં તેનો અર્થ શું છે ? ચિંતા કરશો નહીં – આ પુસ્તક તમારા હાથમાં બરાબર આવી ગયું છે જેથી તમે શોધી શકશો.

યાદ કરો કે જ્યારે તમે ચાર રસ્તા પર આવ્યા ત્યારે તમે કાલ્પનિક બાઈક ચલાવી રહ્યા હતા ? તેના પરથી ઉતરો, મુસાફરીમાંથી વિરામ લો અને કોઈક જગ્યાએ આરામદાયક રીતે નીચે બેસો જ્યાં તમે તમારા શ્વાસ પણ સાંભળી શકો. આ દૂર કરવું મુશ્કેલ લાગે છે, ખરું ને ? તમે અમુક બાબતો પર વિચાર કરવા માટે થોભો.

તમારું ગંતવ્ય સ્થાન નક્કી કરતા પહેલા, નીચેના પૃષ્ઠો પર તમે શું વાંચવાના છો તે વિશે વિચારવા માટે એક ક્ષણ થોભો......

હું મારા જીવનમાં શું કરવા ઈચ્છું છું ?

૧.

ઈકિગાઈ કંપાસ

'ખોવાઈ જવું સારું છે.
જો તમે ખોવાઈ જતા નથી,
તો તમે તમારી જાતને શોધી શકતા નથી.'
- અજ્ઞાત

ઘણી ભાષામાં એવા શબ્દો હોય છે જેનો અંગ્રેજીમાં ચોક્કસ અનુવાદ નથી હોતો, અને ઈકિગાઈ પણ તેમાંથી એક છે.

જાપાની માં, 生き甲斐 આ રીતે લખાયેલું છે અને તે બે ભાગોથી બન્યું છે :

ઈકિ 生き = જીવન

ગાઈ 甲斐 = યોગ્ય બનવા માટે

બીજા શબ્દોમાં કહીએ તો, ઈકિગાઈનો શાબ્દિક અર્થ 'એક યોગ્ય જીવન' હશે, જો કે તેનો અનુવાદ સામાન્ય રીતે 'જીવન ધ્યેય' તરીકે થાય છે – એટલે કે, મિશન જે તમારા જીવનને અર્થ આપે છે.

સાદી ભાષામાં કહીએ તો, ઈકિગાઈ એ કારણ છે કે તમે સવારે પથારીમાંથી બહાર નીકળો છો – અને માત્ર એટલા માટે નહીં કે એલાર્મ વાગ્યું. તે એક આંતરિક મોટર અથવા જાગતા સ્વપ્ન જેવું છે, જે તમને દિવસ શરૂ કરવા માટે પ્રેરણા આપે છે.

ઓગણીસમી સદીના જર્મન દાર્શનિક ફ્રેડરિક નીત્શેએ કહ્યું : 'જેની પાસે જીવવાનું કારણ છે તે લગભગ કોઈપણ રીતે સહન કરી શકે છે.'

કલ્પના કરો કે તમને પર્વતારોહણનો શોખ છે અને તમે તમારા માતા-પિતા સાથે વેકેશન પર છો અથવા તમારા સહપાઠીઓ સાથે રાષ્ટ્રીય ઉદ્યાનમાં ક્ષેત્રીય મુલાકાત પર છો, જ્યાં તમારે બધા કદના શિખરો જીતવા પડશે.

કદાચ તમને રાત્રે ઊંઘ ન આવી હોય કારણ કે રાત્રે ખૂબ જ ગરમી હતી અથવા તમને મચ્છર કરડતા હતા અથવા લોકો મોડે સુધી જાગીને બાજુના રૂમમાં મોટેથી વાતો કરી રહ્યા હતા.

જ્યારે સવાર પડે છે ત્યારે તમે ખૂબ જ થાક અનુભવો છો. તમને લાગશે કે ગાદલા પરથી ઉતરીને જમીન પર બે ડગલા માંડવા એ ખૂબ મોટો સંઘર્ષ છે. પણ ના, તમે ખરેખર અદ્દ્ભુત રીતે પથારીમાંથી કૂદી પડો છો, જાણે તમને ઊંઘ વગરની રાતનો કોઈ વાંધો નથી. ત્યાં સુધી કે તમે તમારા બૂટની દોરી બાંધવા માટે રાહ જોઈ શકતા નથી કારણ કે તમારું ધ્યાન પૂર્ણપણે આસપાસના પર્વતો પર, પર્વતારોહણ માટે કેન્દ્રિત છે.

એટલા માટે તમે વીજળીની ઝડપે સ્નાન કરો છો, સારો નાસ્તો કરો છો અને તમારા જીવનના મિશન – તમારી ઈકિગાઈને – પૂર્ણ કરવા માટે નીકળો છો. જ્યારે તમે દિવસના મહત્ત્વના કામ માટે નીકળો છો, ત્યારે રાત્રિનો બધો થાક અને કંટાળો અચાનક અદૃશ્ય થઈ જાય છે. તમારા ચહેરા પર એટલી તાજગી છે કે તમે એક ચેમ્પિયનની જેમ શિખર તરફ ચઢવાનું શરૂ કરી દો છો.

બધી ચિંતા પાછળ રહી જાય છે કારણ કે તમારી ઈકિગાઈ તમને સાથે ખેંચી રહી છે, તમને એક સુપરહીરોની ઉર્જા આપી રહી છે.

એક જૂની કહેવત છે કે, 'મુશ્કેલીના સમયે ગીતો ગાઓ અને તમારી મુશ્કેલીઓને દૂર કરો' – એટલે કે જ્યાં સુધી તમને ગાવાનો જુસ્સો હોય. તમે કદાચ, તમારા જુસ્સાને પિયાનો વગાડવા દેવા માંગતા હોવ....

લેંગ લેંગની ઈકિગાઈ

શું તમે ક્યારેય લેંગ લેંગ વિશે સાંભળ્યું છે ? આજે તેને વિશ્વના શ્રેષ્ઠ પિયાનોવાદકોમાંનો એક માનવામાં આવે છે. ચીનના ઉત્તર-પૂર્વમાં જન્મેલા છોકરાની વાર્તા એ વાતનો પુરાવો છે કે જો તમે જીવનમાં તમારા જુસ્સાને અનુસરશો તો તમે કેટલે દૂર સુધી જઈ શકો છો.

જો કે તેના પિતા એર્હુ વગાડતા હતા, જે પરંપરાગત ચાઈનીઝ બે તારવાળું વાદ્ય છે. લેંગ લેંગ ટોમ અને જેરી કાર્ટૂન દ્વારા પોતાનું વાદ્ય – અને તેનું ઈકિગાઈ

શોધતો હતો. જ્યારે તે માત્ર બે વર્ષનો હતો, ત્યારે તેણે 'ધ કેટ કોન્સર્ટો' જોયું અને તે સંપૂર્ણપણે ઝનૂની બની ગયો.

સાત મિનિટના એપિસોડમાં, ગર્વિત અને ખુશખુશાલ ઘરની બિલાડી, ટોમ, ભરચક કોન્સર્ટ હોલમાં પિયાનો વગાડે છે. જેરી ઉંદર, જે પિયાનોની અંદર સૂઈ રહ્યો હતો, અચાનક ઊંઘમાંથી ઝબકીને જાગી જાય છે અને બિલાડી સામે બદલો લેવાનું નક્કી કરે છે, જે ફક્ત તેનું સંગીત વગાડવાનું ચાલુ રાખવા ઈચ્છે છે. ઓરકેસ્ટ્રાના પ્રદર્શન સમયે, ટોમ એન્ડ જેરીની લાક્ષણિક લડાઈઓ પૈકીની એક શરૂ થાય છે.

જો કે, યુવાન લેંગ લેંગ કંઈક બીજું જોઈને આકર્ષાયો હતો. બિલાડી અને ઉંદર વચ્ચેના ઝઘડા સિવાય, તે ઘણી મુશ્કેલીઓ વચ્ચે જેરી જે સંગીત વગાડતો રહે છે તેનાથી આશ્ચર્યચકિત થઈ ગયો (જેની પાસે કારણ છે....તે લગભગ કોઈપણ રીતે સહન કરી શકે છે), તે ફ્રાન્ઝ લિઝ્ટનું હંગેરિયન રેપ્સોડી નં- ૨ હતું.

લેંગ લેંગે પહેલી વાર પશ્ચિમી શાસ્ત્રીય સંગીત સાંભળ્યું હતું, અને માત્ર બે વર્ષનો હોવા છતાં તેને પિયાનો શીખવાની ફરજ પડી હતી, જેથી કોઈક દિવસ તે પણ એક અદ્ભુત કૃતિ વગાડી શકે.

લેંગ લેંગે હમણાં જ તેનું ઈકિગાઈ શોધી કાઢ્યું હતું.

ત્રણ વર્ષની ઉંમરે તેણે પિયાનોના પાઠ લેવાનું શરૂ કર્યું. પાંચ વર્ષની ઉંમરે, તેણે તેના શહેરમાં પિયાનો સ્પર્ધા જીતી અને તેનું પહેલું જાહેર વક્તવ્ય આપ્યું.

જો કે તેને નોંધપાત્ર સફળતા મળી નહી. તરત જ નહીં. તે નવ વર્ષનો હતો ત્યારે લેંગ લેંગે ચીનની રાજધાની બેઈજિંગની પ્રતિષ્ઠિત સંગીત શાળા સેન્ટ્રલ કન્ઝર્વેટરી માટે ઓડિશન આપ્યું. પરંતુ, તેના એક શિક્ષકના જણાવ્યા મુજબ, તેને 'પ્રતિભાના અભાવ' ના કારણે નકારી કાઢવામાં આવ્યો હતો.

યોગાનુયોગ, આવી જ બાબત વોલ્ટ ડિઝની સાથે પણ બની હતી. તેમને જે જાહેરાત એજન્સીમાં તે કામ કરતા હતા ત્યાંથી કાઢી મૂકવામાં આવ્યા હતા, કારણ કે તેમના બોસે લખ્યું હતું, તેમની પાસે 'કલ્પનાશક્તિનો અભાવ' હતો. આ એ માણસ હતો જેણે પછી પોતાના નામવાળી કંપની સ્થાપી, જે આજે માર્વેલ યુનિવર્સથી લઈને સ્ટાર વોર્સ સુધીની દરેક વસ્તુનું ઘર છે.

જ્યારે તમે તમારી ઈકિગાઈ શોધો છો, ત્યારે તમારે:

- સમજો કે તે એવી વસ્તુઓ છે, જે પહેલી વાર કામ કરશે નહીં.
- સકારાત્મક વલણ સાથે અસ્વીકારને સ્વીકારો, કારણ કે દરેક વ્યક્તિ તમને સમજી શકશે નહીં.
- તમારામાં વિશ્વાસ ધરાવનારા લોકોને શોધો.
- આમ આવતી તકોનો લાભ લો.

આ આપણને લેંગ લેંગની વાર્તા ભણી પાછા લઈ જાય છે. તે પહેલી નિરાશા પછી, તેની શાળાના એક સંગીત શિક્ષકે તેને ઉત્સાહિત કરવા માટે પિયાનો પર મોઝાર્ટનો સ્કોર મૂક્યો અને તેને આખામાંથી એક અંશ વગાડવાનું કહ્યું. આ સરળ ઉપાયથી યુવાન પિયાનોવાદકના વાદ્ય પ્રત્યેના પ્રેમને ફરીથી જાગૃત કરવામાં મદદ મળી અને તેને તેની આશા પાછી મેળવવામાં મદદ મળી.

જ્યારે તે માત્ર નવ વર્ષનો હતો ત્યારે તે બીજા પ્રયત્નમાં કન્ઝર્વેટરીમાં પ્રવેશ મેળવવામાં સફળ થયો. ત્યારથી, તેણે અદ્ભુત પ્રગતિ કરી. તેણે ઘણી આંતરરાષ્ટ્રીય સ્પર્ધાઓ જીતી અને માત્ર ચૌદ વર્ષની ઉંમરે, તે ચાઈના નેશનલ સિમ્ફનીના ઉદ્ઘાટન સમારંભમાં એક વિશિષ્ટ સોલોઈસ્ટ હતો, જેમાં પ્રેક્ષકોમાં ચીનના રાષ્ટ્રપતિ હતા અને લાખો લોકો રેડિયો પર સાંભળી રહ્યા હતા.

લેંગ લેંગની કારકિર્દીને આગળ વધતી જોઈ તેના પિતા તેને ફિલાડેલ્ફિયામાં એક શિક્ષક પાસે તેની કુશળતાને પૉલિશ કરવા માટે યુનાઈટેડ સ્ટેટ્સ લાવ્યા. થોડા વર્ષો પછી, જ્યારે તે સત્તર વર્ષનો હતો ત્યારે તેના જીવનમાં એક સોનેરી તક આવી.

ઈલિનોઈસના હાઈલેન્ડ પાર્કમાં પ્રતિષ્ઠિત રેવિનિયા ફેસ્ટિવલમાં કંઈક અદ્ભુત બન્યું. સુપ્રસિદ્ધ પિયાનોવાદક આન્દ્રે વોટ્સ હાજર રહેવાના હતા, પરંતુ તે બીમાર પડી ગયા અને છેલ્લી ક્ષણે તેમણે આવવાનું રદ કરવું પડ્યું. પ્રેક્ષકો ઓડિટોરિયમમાં ભેગા થયા હતા ત્યારે પ્રેક્ષકોને એ સાંભળીને આશ્ચર્ય થયું જ્યારે પ્રસ્તુતકર્તાએ અચાનક જાહેરાત કરી કે એક સત્તર વર્ષના પિયાનોવાદકે ચાઈકોવ્સ્કીનું કોન્સર્ટો નંબર ૧ વગાડવા માટે માસ્ટર સોલોઈસ્ટનું સ્થાન લેવાની ઓફર કરી છે.

લેંગ લેંગનું પ્રદર્શન એટલું અદ્ભુત હતું કે બીજા દિવસે શિકાગો ટ્રિબ્યુન અખબારે કહ્યું કે, 'શાનદાર...ઉત્તેજક....અને એક અસામાન્ય પ્રતિભા' હતી.

એક સ્ટારનો જન્મ થયો હતો.

૯૯ ટકા ક્લબમાં આપનું સ્વાગત છે

લેંગ લેંગની વાર્તા અદ્ભુત છે, પણ કદાચ તમે તમારી જાતને કહી રહ્યા છો.

લેંગ લેંગ પહેલેથી જ જાણતો હતો કે તે તેનું જીવન શા માટે સમર્પિત કરવા ઈચ્છે છે, જ્યારે તે માત્ર બે વર્ષનો હતો....શું તે અસામાન્ય બાબત નથી ?

જો તમને હજુ સુધી ખબર નથી કે તમે તમારા જીવનમાં શું કરવા માંગો છો, તો ગભરાશો નહીં. તમે ૯૯ ટકા યુવાનોનો ભાગ છો જેમને ખબર નથી. ઈકિગાઈ શિકારીઓના ક્લબમાં આપનું સ્વાગત છે !

જો કે જીવનના માર્ગ માટે કોઈ પૂર્વવ્યાખ્યાયિત નકશો નથી – સ્પષ્ટ રીતે લેબલવાળા ચિન્હોવાળા રસ્તામાં કોઈ કાંટા નથી – એકવાર તમે તમારા જીવનનું લક્ષ્ય શોધી લો, પછી તમે તમારી જાતને ખોવાયેલી અનુભવશો નહીં. તમારી ઈકિગાઈ તમારું હોકાયંત્ર હશે.

'હા....' કદાચ તમે તમારી જાતને કહી રહ્યા છો, 'પણ જો મને હજુ પણ ખબર ન હોય કે હું ભવિષ્યમાં શું કરવા માંગુ છું તો શું ?'

તેથી જ અમે આ પુસ્તક લખ્યું છે. અમારી સાથે રહો અને તમે જવાબ શોધી શકશો.

૨.

ઈકિગાઈની શોધ પણ ઈકિગાઈ જ છે

'તમારી લાગણીઓ સ્વીકારો. તમારા ઉદ્દેશને જાણો.
અને જે કરવાની જરૂર છે તે કરો.'
-શોમા મોરિટા, મનોચિકિત્સક,
મોરિટા મનોચિકિત્સાના સ્થાપક

તમારા જીવન દરમિયાન તમે એવા સ્થળોએ પહોંચશો જ્યાં ઘણા રસ્તાઓ મળતા હોય અને તમારે ક્યો રસ્તો લેવો તે પસંદ કરવાની જરૂર પડશે. ક્યારેક પસંદગી કરતી વખતે તમે મૂંઝવણમાં મુકાઈ શકો છો અને તમે દરેક માર્ગ માટે ચિન્હો જોઈ શકતા નથી, જેમાં તમે જ્યાં ઊભા છો તે પણ સામેલ છે.

તમને એવું લાગશે કે તમે ધુમ્મસમાં ચાલી રહ્યા છો.

તમે જાણી શકશો નહીં કે તમે ક્યાં જઈ રહ્યા છો કારણ કે તમને ખાતરી નથી કે તમે ક્યાં છો.

જો તમને ક્યારેક આવું લાગે તો ચિંતા કરશો નહીં. પસંદગીઓ કરવી એ જીવનનો એક ભાગ છે અને એવા સમય આવે છે જ્યારે તમને પસંદગી કરવામાં મુશ્કેલી પડે છે અથવા જ્યારે તમે નિર્ણય લેવા માટે તૈયાર નથી હોતા. તમે એક માર્ગ પસંદ કરો તે પહેલાં, તમે તમને દેખાતા બધા અથવા કેટલાક રસ્તાઓનું અન્વેષણ કરવા માંગો છો.

જ્યારે તેમને ખબર પડી કે તેઓ તેમના જીવનમાં શું કરવા માંગે છે, ત્યારે આ પુસ્તકના લેખકોએ પોતે જ તમામ પ્રકારની મુશ્કેલીઓનો સામનો કર્યો હતો, ઘણા આંતરછેદો પાર કર્યા હતા અને આ પુસ્તક લખવા બેસતા પહેલા ઘણી વખત તેમણે પોતાની યોજનાઓ બદલી હતી.

અહીં તેમની વાર્તાઓ છે.

હેક્ટર અને ફ્રાન્સિસ મૂંઝવણમાં

૧૯૮૦ના દાયકામાં જ્યારે તે નાનો હતો, ત્યારે હેક્ટરને વિજ્ઞાન કથા-નવલકથાઓ વાંચવાનો શોખ હતો અને માનવતા માટે વધારે સારું ભવિષ્ય બનાવવાનું સ્વપ્ન હતું. તેણે પોતાની નોટબુકમાં પોતાની કલ્પનામાંથી વસ્તુઓ દોરી હતી. ઘણીવાર, તે શક્તિશાળી બિલ્ટ-ઈન કમ્પ્યુટર સાથે 'સ્માર્ટ વૉચ' દોરતો હતો. તે સમયે, તે ફક્ત એવી વસ્તુ હતી જેની તેણે કલ્પના કરી હતી.

તેના તેરમા જન્મદિવસે, તેને તેનું પહેલું વીડિયો ગેમ કન્સોલ મળ્યું. તેને સુપર મારિયો વર્લ્ડ રમવાનો એટલો આનંદ આવતો હતો કે તેણે નક્કી કર્યું કે તે એક દિવસ વીડિયો ગેમ પ્રોગ્રામર બનવા માંગે છે. ઘણા વર્ષો સુધી તે એ સ્વપ્નની પાછળ પડી ગયો. પુસ્તકોની મદદથી, તે પોતે કમ્પ્યુટર પ્રોગ્રામ બનાવતા શીખ્યો અને તેણે ઘણા વીડિયો ગેમ પ્રોટોટાઈપ બનાવ્યા. અઢાર વર્ષની ઉંમરે તે માહિતી ટેકનોલોજીનો અભ્યાસ કરવા માટે કોલેજ ગયો.

જો કે, જ્યારે તે સ્નાતક થયો ત્યારે તેણે એક અલગ માર્ગ પસંદ કર્યો અને સ્વિટ્ઝરલેન્ડમાં સીઈઆરએન (યુરોપિયન ઓર્ગેનાઈઝેશન ફોર ન્યુક્લિયર રિસર્ચ) ખાતે સંશોધન શિષ્યવૃત્તિ સ્વીકારી. તે પછી, તેણે જાપાનમાં એક પ્રયોગશાળામાં સંશોધન કરવાનું ચાલુ રાખ્યું.

લેબમાં થોડા વર્ષો સુધી સંશોધન કર્યા પછી હેક્ટરને અનુભૂતિ થઈ કે તે એવી બાબત નથી જેને તે પોતાનું બાકીનું જીવન સમર્પિત કરવા માંગતો હતો.

પચીસ વર્ષની ઉંમરે, હેક્ટર તેની પહેલી ઈકિગાઈમાં પાછો ફર્યો, જેમાં તે વીડિયો ગેમ ઉદ્યોગ ક્ષેત્રમાં કામ કરતો હતો. તેણે ઘણા સપ્તાહના અંત સુધી પોતાની જાતને બંધ કરી દીધી અને તેણે ચાર ખેલાડીઓ માટે નિન્ટેન્ડો પાત્રો સાથે એક રમત બનાવી. તે નિન્ટેન્ડોની ટોકિયો ઓફિસમાં નોકરીના ઈન્ટરવ્યૂ માટે ગયો અને તેમને તેની પ્રોટોટાઈપ ગેમ બતાવી. નિન્ટેન્ડોને તે એટલી ગમી કે તેમણે હેક્ટરને બીજા ઈન્ટરવ્યૂ માટે પાછો બોલાવ્યો. અંતિમ ઈન્ટરવ્યૂ સુધી બધું જ બરાબર ચાલી રહ્યું હોય તેવું લાગતું હતું. થોડા દિવસો પછી તેને અસ્વીકારનો પત્ર મળ્યો.

પછીના વર્ષોમાં, તે પ્રોગ્રામર, સોફ્ટવેર એન્જિનિયર, ટીમ લીડર અને અનેક સ્ટાર્ટ-અપ્સમાં ટેકનોલોજીના વડા પણ રહ્યા, પરંતુ તે બધા જ બંધ થઈ

ગયા, એક સિવાય.....

હેક્ટર જાપાનમાં પ્રથમ ટ્વિટર પ્રોગ્રામર હતો. ૨૦૦૭માં, જ્યારે આ સોશિયલ નેટવર્ક હજુ પણ એક અજાણ્યું સ્ટાર્ટ-અપ હતું ત્યારે તેણે ટ્વિટરનું પ્રથમ આંતરરાષ્ટ્રીય સંસ્કરણ બનાવ્યું.

આખરે, હેક્ટરે જાપાનીઝ સંસ્કૃતિમાંથી તે શું શીખી રહ્યો હતો તે વિશે દરરોજ લખવાનું નક્કી કર્યું. સત્તાવીસ વર્ષની ઉંમરે, તેમણે તેમનું પહેલું પુસ્તક, અ ગીક ઈન જાપાન પ્રકાશિત કર્યું. શું લેખન તેમની નવી ઇકિગાઈ હોઈ શકે ? પુસ્તકનું વેચાણ સારી રીતે થયું, પરંતુ તેમને તેમની લેખન ક્ષમતા પર વિશ્વાસ નહોતો.

તેમને બીમારી ન થઈ ત્યાં સુધી તેમણે લખવાનું ચાલુ રાખ્યું, જેના કારણે તેઓ ખૂબ થાકી ગયા. વર્ષો સુધી જીવનનિર્વાહ ચલાવવા માટે કામ પર જવા સિવાય તેમની પાસે કંઈ કરવાની શક્તિ નહોતી.

તેમણે લખવાનું છોડી દીધું.

પછી એક દિવસ, શેરપા નામનું રહસ્યમય ઉપનામ ધરાવતો એક પ્રવાસી ટોકિયો આવ્યો અને હેક્ટર સાથે રાત્રિભોજન ગોઠવ્યું. શેરપા અને હેક્ટરે સાથે ખૂબ જ સારો સમય વીતાવ્યો અને મિત્રો બન્યા. દર વખતે જ્યારે શેરપા ટોકિયો જતા, ત્યારે તેઓ ફરવા જતા અને જાપાનીઝ સ્વાદિષ્ટ વાનગીઓ ખાવા માટે મળતા.

શેરપા એ લેખક ફ્રાન્સેસ્ક મિરાલેસ હતા.

બિલાડીઓની મોટી વસાહત ધરાવતા જાપાની ટાપુની આસપાસ ફરવા જતાં, ફ્રાન્સેસ્કે હેક્ટરને કહ્યું, 'તમે વિવિધ માહિતી મેળવવામાં અને તમે જે જાણ્યું-શીખ્યા છો તેનો સારાંશ આપવામાં ખૂબ જ સારા છો.' તે તેમના જીવનમાં પહેલી વાર બનતું હતું જ્યારે કોઈકે હેક્ટરને આવું કંઈક કહ્યું હતું. તે ક્ષણથી, હેક્ટર એવું માનવા લાગ્યા કે કદાચ લેખન તેમનું ઇકિગાઈ બની શકે છે. ક્યારેક લોકોને તેમના જીવનમાં કોઈની જરૂર હોય છે જે તેમને ખાતરી આપે કે તેઓ સાચા માર્ગ પર છે.

તેમના બીજા એક પ્રવાસ વખતે, તેમણે સાથે મળીને ઈકિગાઈ નામનું પુસ્તક લખવાનું નક્કી કર્યું. આજ સુધી, તેમણે એકસાથે પાંચ પુસ્તકો લખ્યા છે. જે વિવિધ જગ્યાએ જુદી-જુદી ૫૬ ભાષાઓમાં પ્રકાશિત થયા છે અને

વિશ્વભરમાં તેની લગભગ બે મિલિયન નકલો વેચાઈ છે.

હેક્ટરના જીવનની યોજના એ છે કે આ માર્ગ તેમને ક્યાં લઈ જશે તેની ચિંતા કર્યા વિના વધુ ને વધુ લખવાનું ચાલુ રાખવું. તે જાણે છે કે લેખન તેમના ઈકિગાઈનો એક ભાગ છે.

હવે ફ્રાન્સેસ્કની વાત કરીએ તો, તે અવકાશયાત્રી બનવા અને કોઈ દિવસ ચંદ્રની મુસાફરી કરવા માંગતો મોટો થયો હતો. જો કે, તેના માટે એન્જિનિયરિંગ, ગણિત અને વિજ્ઞાનનો અભ્યાસ કરવો જરૂરી છે, જે તેને ગમતું નહીં. આ જ કારણ છે કે, તેના બદલે ફ્રાન્સેસ્કે મનોવિજ્ઞાનમાં મુખ્ય વિષય સાથે કોલેજ શરૂ કરી. છેલ્લી ક્ષણોમાં, તેને તેમની શાળાના પત્રકારત્વ કાર્યક્રમમાં પ્રવેશ આપવામાં આવ્યો અને તેણે નક્કી કર્યું કે તે જ તેના માટે યોગ્ય માર્ગ છે.

પરંતુ માત્ર ત્રણ જ મહિના પછી, તેને ખ્યાલ આવ્યો કે તે જે અભ્યાસ કરી રહ્યા છે તેમાં તેને જરાય રસ નથી અને તેણે કોલેજ છોડી દીધી. તેને બાર્સેલોનાના ડાઉનટાઉનમાં એક કાફેમાં નોકરી મળી જે કલાકારોમાં લોકપ્રિય હતી. ત્યાં તે પિયાનો વગાડવાનું શીખ્યો.

બીજા વર્ષે, ફ્રાન્સેસ્કે અંગ્રેજી ભાષાશાસ્ત્રમાં ડિગ્રી શરૂ કરી, જે ભાષાના ઈતિહાસનો અભ્યાસ છે. ત્રણ વર્ષ પછી, તેને અંગ્રેજી ભાષાથી કંટાળો આવ્યો અને પછી તેણે જર્મન ભાષાનો અભ્યાસ શરૂ કર્યો. જો કે તે જે અભ્યાસ કરી રહ્યો હતા તે તેને ખૂબ ગમતું હતું. તેણે ડિગ્રી પૂર્ણ કરતા પહેલાં એક વર્ષનો સમય લેવાનું નક્કી કર્યું અને દક્ષિણપૂર્વ યુરોપમાં ૧૯૯૦ના દાયકાના બાલ્કન યુદ્ધો દરમિયાન શરણાર્થી શિબિરમાં સ્વયંસેવક તરીકે કામ કરવાનું નક્કી કર્યું.

ડિગ્રી મેળવ્યા પછી, કોલેજ શરૂ કર્યાના દસ વર્ષ પછી, ફ્રાન્સેસ્કેનું જીવન બદલાતું રહ્યું. તેમણે એક ભાષાશિક્ષક, એક અનુવાદક, એક સંપાદક અને મનોવિજ્ઞાન પત્રકાર તરીકે કામ કર્યું – બે ડિગ્રીઓનું મિશ્રણ જેનો અભ્યાસ તેમણે પૂરો નહોતો કર્યો – તેમ છતાં એક દિવસ તેમણે પોતાનું પહેલું પુસ્તક લખવાનું નક્કી કર્યું.

ઘણીવાર તેમને એવું લાગતું હતું કે તે પોતે જાણતા નથી કે તેમનું જીવન ક્યાં જઈ રહ્યું છે. એક દિવસ એક મિત્રએ તેમને કહ્યું, 'ફ્રાન્સેસ્ક, તમારા માટે, સ્થિરતા પરિવર્તનથી આવે છે.'

જીવન એક-માર્ગી રસ્તો નથી

તમને તેમના જીવન વિશે કહીને, લેખકો ઈચ્છે છે કે તમે સમજો કે જો તમે એવા વ્યક્તિ છો જેમને પોતાની ઈકિગાઈ શોધતા પહેલા ઘણી વસ્તુઓ અજમાવવાની જરૂર હોય તો તે ઠીક છે.

કેટલાક લોકો વ્યવહારિક રીતે તેમના જીવન મિશન સાથે જન્મે છે જેમ કે લેંગ લેંગ અને પિયાનો. પરંતુ મોટાભાગના લોકોને ઘણા પેડલ મારવા પડશે અને જ્યાં સુધી તેમના માટે યોગ્ય રસ્તો ન મળે ત્યાં સુધી કેટલાક રસ્તાઓ વચ્ચે ખોવાઈ જવું પડશે.

અને કદાચ તે કાયમ માટે સાચો રસ્તો નહીં હોય.

જીવન એક-માર્ગી રસ્તો નથી. જ્યારે તમને તમારી ઈકિગાઈ મળે છે, ત્યારે થોડા વર્ષો પછી તમને એવું લાગશે કે તમે શક્ય તેટલું શીખ્યા છો અથવા તેમાંથી શક્ય તેટલો આનંદ મેળવ્યો છે. પછી તમે નવી ઈકિગાઈ શોધવાનું વિચારી શકો છો.

તમારી આખી જિંદગીમાં તમારી પાસે ઘણા ઈકિગાઈ હોઈ શકે છે અથવા ક્યારેક બિલકુલ નહીં. તમને એવું લાગશે કે તમે જંગલમાં ભટકી રહ્યા છો. એક સમય એવો આવી શકે છે જ્યારે તમે દિશા જાણ્યા વિના પેડલ મારી-મારીને કંટાળી જાઓ છો, તમારી બાઈક પરથી ઉતરી જાઓ છો અને તમારી જાતને કહો છો, 'મને ખબર નથી કે હું ક્યાં જઈ રહ્યો છું' અથવા 'મને એ પણ ખબર નથી કે હું ક્યાં જવા માંગુ છું.' તો તમારે શું કરવું જોઈએ ?

આ પ્રશ્નનો જવાબ આપવા માટે, વીસમી સદીના ઓસ્ટ્રિયન ચિકિત્સક વિશે જાણવા માટે વાંચો જેમણે પોતાનું જીવન કંઈક રસપ્રદ બનાવવા માટે સમર્પિત કર્યું છે.

ડૉ. ફ્રેન્કલ પાસે આ પ્રશ્નોનો જવાબ હતો

૧૯૪૦ના દાયકામાં, બીજા વિશ્વયુદ્ધ દરમિયાન, ન્યુરોલોજિસ્ટ અને મનોચિકિત્સક વિક્ટર ફ્રેન્કલ, અનેક કોન્સન્ટ્રેશન કેમ્પમાં કેદમાંથી બચી ગયા હતા. તેમણે કહ્યું, તેઓ માનતા હતા કે તેમની પાસે 'શા માટે' જીવવું તેનું કારણ હતું. હોલોકોસ્ટમાં રહ્યા પછી તેમણે એક પુસ્તક લખ્યું, 'મેન્સ સર્ચ ફોર મીનિંગ'. તેમાં તેમણે યુદ્ધ દરમિયાનના તેમના ભયંકર અનુભવો વિશે જણાવ્યું અને લોગોથેરાપી રજૂ કરી. લોગોથેરાપી એક એવો ખ્યાલ છે જે આ સિદ્ધાંત

પર આધારિત છે કે લોકો માટે સૌથી મહત્ત્વપૂર્ણ પ્રેરણા તેમના જીવનમાં અર્થની શોધ છે.

જ્યારે બીજા વિશ્વયુદ્ધનો અંત આવ્યો, ત્યારે ઘણા લોકોએ ફ્રેન્કલની મદદ માંગી. તેમણે એક બાળક, એક ભાઈ-બહેન અથવા તેમના માતા-પિતા ગુમાવ્યા હતા. કેટલાકે લગભગ તેમનો આખો પરિવાર ગુમાવી દીધો હતો. ફ્રેન્કલનું મિશન આ શોકગ્રસ્ત લોકોને કંઈક નવું શોધવામાં મદદ કરવાનું હતું જેના વિશે તેઓ ઉત્સાહી હોય, જે તેમના જીવનને એક અર્થ આપે.

જ્યારે દર્દીઓએ ફ્રેન્કલને સમજાવ્યું કે તેમનું જીવન કેટલું ભયાનક છે, ત્યારે તેમણે તેમને, 'તો તમે શા માટે જીવવાનું ચાલુ રાખવા ઈચ્છો છો?' પ્રશ્ન સાથે પડકાર ફેંક્યો.

આ પ્રશ્ન માટે તેમના આશ્ચર્યને દૂર કર્યા પછી, લગભગ બધાએ કોઈક પ્રકારનો જવાબ આપ્યો. જેમ કે :

'મારે મારી દીકરીને તેની કોલેજ ડિગ્રી પૂર્ણ કરતી જોવી છે.'

'હું પિયાનો વગાડતાં શીખવાની આશા રાખું છું – આ મારું બાળપણથી જ સ્વપ્ન હતું.'

'મેં હજુ પણ ફરીથી પ્રેમમાં પડવાની આશા ગુમાવી નથી.'

જો કે, કેટલાક દર્દીઓ એટલા ખોવાઈ ગયા હતા કે તેઓ કંઈપણ શોધી શક્યા નહીં અને તેમણે ફ્રેન્કલને કહ્યું, 'મને ખબર નથી કે મને શું ગમે છે. મને નથી લાગતું કે મારા જીવનમાં કોઈ મિશન છે.'

ફ્રેન્કલે કહ્યું, 'જો તમારી પાસે જીવનમાં કોઈ મિશન નથી, તો હું તમને તે શોધવા માટે એક મિશન આપીશ. આ ક્ષણથી, તમારું મિશન એ શોધવાનું રહેશે કે તમારા જીવનનો હેતુ શું છે.'

કદાચ તમને લાગશે કે જીવનમાં તમારા હેતુને શોધવો એ એક મુશ્કેલ કાર્ય છે. જો તમને ખબર ન હોય કે ક્યાંથી શરૂઆત કરવી, તો વાંચવાનું ચાલુ રાખો.

૩.

‘અણગમતા’ માધ્યમથી ‘ગમતા’ને શોધી શકો છો

‘એક પદ્ધતિ અપનાવી તેનો પ્રયત્ન કરવો એ સામાન્ય સમજ છે. જો તે નિષ્ફળ જાય, તો તેને પ્રામાણિકપણે સ્વીકારો અને બીજી પદ્ધતિ અજમાવો. પરંતુ સૌથી મહત્ત્વનું છે, કંઈક અજમાવો.’

- ફ્રેંકલિન ડી. રુઝવેલ્ટ,
યુનાઈટેડ સ્ટેટ્સના રાષ્ટ્રપતિ (૧૯૩૩-૧૯૪૫)

દરેક વ્યક્તિ, અરે મહાન હસ્તીઓ પણ, ક્યારેક માનસિક અવરોધોમાંથી પસાર થાય છે, કારણ કે તેઓ જાણતા નથી કે ક્યો માર્ગ અપનાવવો, અથવા કારણ કે તેઓ જે માર્ગો નીવડે છે તે તેમને ક્યાંય દોરી જતા નથી.

જ્યારે તમે કંઈક કામ કરો છો, તે ન મળે ત્યાં સુધી વિવિધ વસ્તુઓને અજમાવી પ્રયત્ન કરતા રહો છો, ત્યારે તેને વિજ્ઞાનમાં ‘ટ્રાયલ એન્ડ એરર’ તરીકે ઓળખવામાં આવે છે. તમે એક પછી એક વિવિધ શક્યતાઓ અજમાવો છો અને દરેક વખતે જ્યારે કંઈક કામ કરતું નથી, ત્યારે તમે ઉકેલ શોધવાની નજીક છો.

ટ્રાયલ એન્ડ એરરનો એક પ્રખ્યાત કિસ્સો શોધક થોમસ એડિસનનો છે, જેઓ લાઈટ બલ્બને જન્મ આપનાર ફિલામેન્ટની શોધ કરતી વખતે વારંવાર નિષ્ફળ ગયા કારણ કે તેમણે જે સામગ્રીનો ઉપયોગ કર્યો હતો તે કાં તો પ્રકાશિત થતી નહોતી અથવા પ્રકાશ પછી તરત જ બળી જતી હતી.

અસંખ્ય પ્રયત્નો પછી જ્યારે એડિસન આખરે વિશ્વને પ્રકાશથી ઝળહળતું કરવામાં સફળ રહ્યા ત્યારે લોકોએ તેમને પૂછ્યું કે તેઓ આટલી બધી નિષ્ફળતાઓ પછી પણ નિરાશ કેમ નથી થયા. પ્રખ્યાત શોધકે જવાબ આપ્યો :

‘હું નિષ્ફળ નથી ગયો. મેં હમણાં જ ૧૦,૦૦૦ રસ્તાઓ શોધી કાઢ્યા છે,

જે ક્યારેય કામ કરશે નહીં.'

નવલકથાકારો માટે એક કસરત

કળામાં માનસિક અવરોધો પણ એક સામાન્ય બાબત છે. ઉદાહરણ તરીકે, જર્મન લેખક હર્મન હેસેને તેમની નવલકથા સિદ્ધાર્થનો પહેલો ભાગ પૂર્ણ કર્યા પછી એક અવરોધનો સામનો કરવો પડ્યો, જે લાખો લોકો વાંચશે. તે પુસ્તકને અડધા ભાગ સુધી વાંચી ગયા અને તેમને સમજાતું નહોતું કે બીજો ભાગ કેવી રીતે ચાલુ રાખવો જેથી તે પહેલા ભાગ જેટલો જ શક્તિશાળી બને.

હેસેની હસ્તપ્રત બે વર્ષ સુધી ડ્રોઅરમાં રહી, છેવટે તેના વિચારો વિશે વિચાર કર્યા પછી લેખક પુસ્તકના કથાવસ્તુ પર પાછા ફરવામાં અને તેને ખૂબ સારી રીતે પૂર્ણ કરવામાં સફળ રહ્યા.

આ એક સદી પહેલાની ઘટના છે. જો હર્મન હેસી આજે લેખન વર્કશોપમાં હાજરી આપી રહ્યા હોત, તો તેના શિક્ષકે તેને માનસિક અવરોધ તોડવા માટે નીચેના પ્રશ્નનો જવાબ આપવાનું સૂચન કર્યું હોત :

'આ નવલકથામાં શું બનવાનું નથી ?'

અને પ્રતિભાશાળી વિદ્યાર્થી વસ્તુઓની યાદી લખવાનું શરૂ કરશે, જેટલું વધારે સારું શક્ય હશે, તે વાર્તામાં બનશે નહીં.

આ કસરત વિશે એક સારી બાબત એ છે કે તમે તેને તમારા પોતાના જીવનમાં લાગુ કરી શકો છો. દિવસના અંતે, શું તમારું જીવન એક નવલકથા નથી, જેની વાર્તા તમે લખતા હો ?

કલ્પના કરો કે તમે તમારી જાતને એક જંગલમાં ખોવાયેલી જુઓ છો, જ્યાં તમે હવે તેની અંદરના રસ્તાઓ જોઈ શકતા નથી. એડિસનની જેમ, તમે ઘણી વસ્તુઓ અજમાવી છે અને તમને ખબર નથી કે કેવી રીતે આગળ વધવું.

લેખકની કસરતને અનુસરીને, તમારી જાતને પૂછો :

'હું મારા જીવન સાથે શું નહીં કરું ?'

પછી, ઘણા બધા વિકલ્પો લખો જે બનશે નહીં, કારણ કે દૂર કરવાની પ્રક્રિયા દ્વારા, તમને શું ગમતું નથી તે જાણીને, તમે જે કરો છો તે મેળવશો.

ઉદાહરણ તરીકે, જો હેક્ટર અને ફ્રાન્સેસ્કને આ પ્રશ્ન પૂછવામાં આવે, તો તેઓ કહેશે કે તેમના જીવનમાં આવું બનશે નહીં :

'આપણે વ્યવસાયિક ફૂટબોલ ખેલાડીઓ નહીં રહીએ, કારણ કે આપણે હવે સ્પર્ધાત્મક રીતે રમવા માટે પૂરતા યુવાન નથી.'

'આપણે એડવર્ડ હોપર અથવા જર્યોર્જિયા ઓ'કીફ જેવા ચિત્રકાર બનવા પ્રયત્ન નહીં કરીએ, કારણ કે આપણે ક્યારેય ચિત્રકામમાં સારા નહોતા.'

'અમે બેંકમાં કામ નહીં કરીએ કે શેરબજારના દલાલો તરીકે કામ નહીં કરીએ અને અમે કેસિનોમાં સટ્ટાબાજી કરીને પણ કમાણી નહીં કરી શકીએ, કારણ કે અમને આ રીતે પૈસાની હેરફેર કરવાનું પસંદ નથી.'

સૂચિ તમે ઈચ્છો તેટલી લાંબી હોઈ શકે છે. હકીકતમાં, ઘણા બધાની ના હોય તે સારું છે, કારણ કે જ્યારે પણ તમે કોઈ વિકલ્પને નકારી કાઢો છો, ત્યારે તમે શું પસંદ કરો છો તે જાણવાની થોડી નજીક છો.

તો, હવે કાગળ અને પેન લો અને લખવાનું શરૂ કરો.

હું મારા જીવનમાં શું નહીં કરું ?

૧...

૨...

૩...

૪...

૫...

૬...

૭...

૮...

૯ ....

૧૦...

તમારી જાત સાથે મુલાકાત

૨૦૧૧માં, 'અનધર અર્થ' નામની એક રસપ્રદ ફિલ્મ રીલિઝ થઈ હતી, જે આ પ્રમાણેની પરિસ્થિતિની કલ્પના કરે છે. બીજી પૃથ્વી આપણા ગ્રહની બાજુમાં દેખાય છે, જે નરી આંખે ચંદ્ર જેવી દેખાય છે. એક અભિયાન બીજા ગ્રહ

પર જાય છે અને શોધે છે કે તે દુનિયા ફક્ત આપણા જેવી જ નથી, પણ ત્યાં તે જ લોકો રહે છે. બીજા શબ્દોમાં કહીએ તો, તમે ત્યાં પ્રવાસ કરી શકો છો અને તમારી જાતને તમારી જાત સાથે રૂબરૂ શોધી શકો છો.

કલ્પના કરો કે તમે તમારી જાત સાથે વાત કરી શકો છો. તમે તમારી જાતને શું કહેશો અથવા પોતાની જાતને શું પૂછશો ?

તેનો જવાબ આપવા માટે તમારો સમય કાઢો.

જો તમને તે પરિસ્થિતિમાં તમારી જાતને કલ્પના કરવામાં મુશ્કેલી પડે, તો આ કસરત કરો :

૧. તમારી જાતને એક લાંબો પત્ર લખો જેમાં કાલ્પનિક ગુરુને કેટલીક બાબતો સમજાવવામાં આવે છે જે તમને સૌથી વધારે ચિંતિત કરે છે, તમારી શંકાઓ અને પ્રશ્નોને તેમાં સામેલ કરો.

૨. પત્રને એક પરબીડિયામાં મૂકો, તેના પર તમારું પોતાનું સરનામું લખો, તેના પર એક સ્ટેમ્પ ચોંટાડો અને તેને ટપાલપેટીમાં નાખો.

૩. જ્યારે તે તમારા ઘરે પહોંચે ત્યારે કલ્પના કરો કે કોઈ દૂરના મિત્ર જેને તમારી સલાહની જરૂર છે તેણે તે લખ્યું છે, તમે નહીં. તમે ગુરુ છો, તેથી તમે એક નવો પત્ર લખશો – તમને મળેલા પત્રમાં ઉઠાવવામાં આવેલા બધા મુદ્દાઓના જવાબ આપવા માટે.

૪. આ પત્ર તમારી જાતને પાછો મોકલો.

૫. જ્યારે આ બીજો પત્ર તમારા ઘરે આવે, ત્યારે તેને ધ્યાનથી વાંચો અને તેમાં લખેલી દરેક વાત ખરેખર ધ્યાનમાં રાખો. તે વિશ્વના શ્રેષ્ઠ ગુરુ - તમારી જાત તરફથી જીવનનો પાઠ છે.

નોંધ : તમે આ ખુલાસાત્મક કસરત તમારી જાતને એક ઈમેઈલ મોકલીને પણ કરી શકો છો, પરંતુ પત્ર લખવો વધારે અસરકારક છે. તે મોકલવા અને ટપાલપેટીમાં નાખ્યા પછી તે તમારી પાસે પહોંચે તે દરમિયાન પસાર થતા દિવસો તમારા અર્ધજાગ્રત મનને જવાબો વિશે વિચારવાનો સમય આપશે.

૪.

જંગલના માર્ગે

‘એક જંગલમાં બે અલગ-અલગ માર્ગ હતા,
જે માર્ગે ઓછા લોકો ગયા હતા તે માર્ગ મેં
પસંદ કર્યો અને તેનાથી જ બધો ફરક પડ્યો.’
-રોબર્ટ ફ્રોસ્ટ, કવિ
‘ધ રોડ નોટ ટેકન’

આ પુસ્તકની શરૂઆતમાં તમારી પાસે ચાર માર્ગ હતા અને તમે ઈકિગાઈનો માર્ગ પસંદ કર્યો. હવે તમે ઈકિગાઈ શું છે તે જાણવાનું શરૂ કરી રહ્યા છો પરંતુ તમારી આસપાસના જંગલો વધારે ને વધારે ગાઢ થઈ રહ્યા છે....

જ્યાં સુધી તમે જંગલમાં એક સપાટ જગ્યાએ ન પહોંચો ત્યાં સુધી તમે ઉત્સાહપૂર્વક પેડલ મારો છો, જ્યાંથી અસંખ્ય રસ્તાઓ નીકળે છે. તમે જે જગ્યાએ છો તે સૂર્ય જેવું છે, જેના કિરણો બધી દિશામાં ફેલાયેલા છે.

અચાનક, પસંદ કરવા માટે ઘણા બધા રસ્તા દેખાય છે, જેનાથી તમારું માથું ભમી જાય છે.

તમે આ બધી પસંદગીઓથી એટલા મૂંઝાઈ ગયા છો કે તમને ખ્યાલ પણ નથી આવ્યો કે જંગલમાંથી પસાર થવામાં તમારા સિવાય બીજું પણ કોઈ છે.

તે એક છોકરી છે. તેણે તેની બાઈક જમીન પર મૂકી દીધી છે અને મૂંઝાયેલી હોય તેમ પોતાની આસપાસ જોઈ રહી છે.

‘મારે કઈ તરફ જવું જોઈએ ?’ તેમ પૂછતાં, પોતાની ડરી ગયેલી આંખો તમારા પર સ્થિર કરે છે.

‘મને પોતાને પણ મારા જીવન પ્રત્યે પ્રશ્ન હતો કે મારે જીવનમાં શું કરવું

જોઈએ, કશું જ સમજાતું નથી. શું કોઈ મદદ મળી શકે તેમ છે ?', તમે તે છોકરીને ખાતરી કરાવવાનો પ્રયત્ન કરો છો.

તે છોકરીએ પોતાનો પરિચય આપ્યો. તેનું નામ નાઓમી છે અને તે એક જૂના ઓક વૃક્ષના થડ પાસે તમારી સાથે તેનો આગળનો પ્રવાસ વહેંચવાનો પ્રસ્તાવ મૂકે છે.

'મને કોઈ રસ્તો, વિકલ્પ પસંદ કરવાથી ડર લાગે છે, અને પછી ભવિષ્યમાં તેનો પસ્તાવો થાય છે, ખબર છે ?' તે તમને કહેતી રહે છે, 'મને ખબર નથી કે હું શું બનવા ઈચ્છું છું. મને ખબર નથી કે હું લગ્ન કરવા ઈચ્છું છું કે બાળકો પેદા કરવા ઈચ્છું છું અથવા હું ક્યાં રહેવા ઈચ્છું છું.....કદાચ હું થોડા વર્ષો મુસાફરી કરીને દુનિયા જોવા માંગુ છું....અથવા અભ્યાસ પૂર્ણ કરવો વધારે યોગ્ય છે, જેથી હું કામ કરી શકું અને પૈસા કમાઈ શકું ?'

તમે તમારા ખભા ઊંચા કરો છો, કેવી રીતે જવાબ આપવો તે જાણતા નથી.

તે સેન્ડવિચ નીચે મૂકે છે અને પોતાના ભાવવિહીન ચહેરા સાથે થોડીક ક્ષણો સુધી તમારી તરફ જુએ છે. તમે ફૂલ ઉપર પાંખો ફફડાવતા પતંગિયા સામે નજર કરો છો.

થોડીવાર મૌન રહ્યા પછી, નાઓમી આખરે તમને પૂછે છે :

'જો તમારી પાસે તંબુ, ખોરાક અને પાણી હોત તો શું તમે આ જંગલમાં કાયમ માટે રહેશો ? તે ખરેખર સરસ જગ્યા છે. આ રીતે તમારે કોઈ નિર્ણય લેવાની જરૂર ન રહેત.'

તમે તેણીને સમજાવો છો કે ચાર રસ્તા પર રહેવું શક્ય નથી.

'તમે સાચા છો,' તેણી તેની સેન્ડવિચને બટકું ભરતા પહેલાં કહે છે, 'જો આપણે ભૂલ કરીએ તો આપણે ભવિષ્યમાં આપણો રસ્તો સુધારી શકીએ છીએ. આપણે ઈકિગાઈના માર્ગ પર છીએ, પરંતુ પસંદ કરવા માટે ઘણા બધા રસ્તાઓ છે......'

ખાવાનું પૂરું કરી ઊભા થયા પછી, નાઓમી ભૂરા આકાશ તરફ જુએ છે અને તેની ત્વચા પર સૂર્યની ગરમી અનુભવતા, નિસાસો નાખે છે.

'મને લાગે છે કે આપણો સાથે પ્રવાસનો માર્ગ અહીં પૂરો થાય છે,' તે

થોડી ઉદાસીનતા સાથે કહે છે. 'પણ મને એવું લાગે છે કે આપણે ફરી મળીશું, જાણે કોઈ અદૃશ્ય તાંતણે આપણે બંધાયેલા હોઈએ, પછી ભલે આપણે ગમે ત્યાં હોઈએ કે કંઈપણ કરતા હોઈએ. જ્યારે પણ હું ખોવાયેલો હોઈશ, ત્યારે હું તને યાદ કરીશ અને હું જાણું છું કે આ સાહસમાં હું એકલી નથી. તું પણ નથી.'

પછી નાઓમી જંગલમાંથી નીકળતા અસંખ્ય માર્ગોમાંથી એક પસંદ કરે છે. તમે તમારો પોતાનો માર્ગ પસંદ કરો અને પેડલ મારવાનું શરૂ કરો.

ચાર રસ્તા પર વધારે પડતો સમય ન આપો

અસંખ્ય રસ્તાઓવાળા આ જંગલો આપણા જીવન જેવા છે. ક્યારેક, આપણે પણ નાઓમીની જેમ, ઘણા બધા વિકલ્પોનો સામનો કરતી વખતે પોતાની જાતને ખોવાયેલી અનુભવી શકીએ છીએ. અથવા જ્યારે આપણે કેટલાક ગૂંચવાયેલા ઝાડવામાંથી પસાર થઈ રહ્યા હોઈએ છીએ ત્યારે આપણને રસ્તો શોધવામાં તકલીફ પડી શકે છે.

તમારે પણ જીવનમાં ઘણા અગત્યના અને મોટા નિર્ણય લેવા પડે છે. ચાર રસ્તા પર જ્યાં તમે નાઓમીને મળ્યા હતા તે પણ તમારા જીવનમાં આ પ્રકારની ઘટનાનું પ્રતીક છે.

એવા ઘણા વિદ્યાર્થીઓ હોય છે જે પોતાના અભ્યાસનો એક ભાગ પૂર્ણ કર્યા પછી એક વર્ષનો વિરામ લે છે અને એ પછી નક્કી કરે છે કે તેમણે આગળ શું કરવું છે. ઉત્તર અમેરિકામાં તો ઘણા વિદ્યાર્થી અભ્યાસ પૂરો કરી બેગપેક કરી યુરોપ ફરવા નીકળી જાય છે. જો કે તે એક સ્થળેથી બીજા સ્થળે ફરે છે ખરા પરંતુ જીવનમાં એવા ચાર માર્ગ આવે છે જ્યાં તેમણે નિર્ણય લેવો જ પડે છે. અને આ નિર્ણય એટલો મહત્ત્વનો હોય છે જેની અસર તેમના ભવિષ્યના જીવન પર પડી શકે છે.

કદાચ તમે પણ કોઈ એવા પ્રવાસે નીકળો જ્યાં તમારે પોતાના જીવનનો કોઈ અગત્યનો નિર્ણય લેવો પડે. બની શકે કે તમે જરૂરિયાત ધરાવતા લોકો માટે સ્વયંસેવક તરીકે કાર્ય કરો અથવા પૃથ્વીના કલ્યાણ માટે ચાલતા એક પર્યાવરણીય પ્રકલ્પ માટે કામ કરો, જે તમારા માટે દુનિયાનો અનુભવ મેળવવા માટે ખૂબ ઉપયોગી સાબિત થશે.

કદાચ કોઈ કામના માધ્યમથી અથવા પોતાના ઘરમાં જ સોફા પર બેઠા-બેઠા તમને મહત્ત્વપૂર્ણ નિર્ણય લેવાની દિશા મળી શકે છે. તમે તેના પર વિચાર

કરો પરંતુ માત્ર વિચાર કરવામાં જ સમય નહીં વીતાવો.

હવે તમે કલાકો સુધી ટીવી જોવામાં સમય બરબાદ ન કરશો અથવા પછી કરવા માટે કશું જ નથી એટલે વીડિયો ગેમ રમવી કે જંક ફુડ ખાવું, જેવા કામોમાં પોતાનો સમય ન વેડફશો. જો તમે આવા કામોમાં સમય વેડફી નાખશો તો બાકીના લોકો પોતાના જીવનના નક્કી કરેલા લક્ષ્ય તરફ આગળ વધી જશે અને તમે હજુ પણ એ જ ચાર રસ્તા પર ઊભા રહેશો.

તમારી ઈકિગાઈ પોતે તમને શોધતી નહીં આવે, એટલે કોઈ પ્રેરણાસ્રોત આવે તેની રાહ ન જોશો પરંતુ પોતાની ઈકિગાઈની શોધ કરવી તમારી પોતાની જવાબદારી છે, એમ વિચારી આગળ વધો. તેથી જ્યાં સુધી તમને તમારી ઈકિગાઈ ન મળી જાય ત્યાં સુધી તમારી શોધ ચાલુ રાખો.

આનંદનું સમીકરણ

માનવી પાસે પહેલા ક્યારેય આટલા જાણકારીના સાધન કે વિકલ્પ ઉપલબ્ધ નહોતા, જેટલા અત્યારે છે. એક સેલ ફોનથી તમે કરોડો વેબ પેજ, સોશિયલ નેટવર્ક પ્રોફાઈલ, વીડિયો ગેમ્સ, મનોરંજન વગેરે અનેક ઉપયોગી કાર્યો કરી શકો છો. પરંતુ આમાંથી કોઈપણ બાબત આપણને આનંદી રાખી શકતી નથી.

નાઓમીની જેમ આપણે પણ જીવનમાં ઘણા નિર્ણય પોતે જ લેવા પડે છે. માહિતીના આ યુગમાં આપણે એ અજાણ્યા લોકોને પણ સોશિયલ મીડિયા પર ફોલો કરવા માટે લાચાર હોઈએ છીએ જેમને આપણે જાણતા પણ નથી. આપણે તેમની પોસ્ટને લાઈક કરીએ છીએ, તેના પર કમેન્ટ્સ કરીએ છીએ અથવા પછી વીડિયો અપલોડ કરીએ છીએ અને પછી બદલામાં પોતાની પોસ્ટ માટે ફોલોઅર્સ પાસેથી કમેન્ટ્સ અને લાઈકની આશા રાખીએ છીએ.

શરૂઆતમાં આમ કરવાનું ભલે ગમે તેટલું આનંદદાયક લાગે પરંતુ પછી તે ઘણું તણાવ પેદા કરનારું બની જાય છે. છેવટે ઘણીવાર તો તે એક કામ જ લાગવા માંડે છે.

આનંદ માટે અમારું સૂત્ર છેઃ

આનંદ = હકીકત – ઈચ્છાઓ

બીજા શબ્દોમાં, જો તમે તમારી પાસે જીવનમાં જે કંઈપણ છો તેનાથી ખુશ છો અને કોઈ એવી બાબતની ઈચ્છા ધરાવતા નથી જે અત્યારે તમારી પાસે નથી

તો તમે કોઈ એવી વ્યક્તિની સરખામણીએ વધારે ખુશ હશો જેની પાસે તમારા કરતાં ઘણું વધારે છે, પરંતુ તેમ છતાં તે એ બાબતોની ઈચ્છા રાખે છે, જે તેમની પાસે નથી.

ઉદાહરણ તરીકે, તમે એક એવી છોકરીની કલ્પના કરો જેને ડ્રોઈંગ અને આર્ટ ખૂબ ગમે છે અને તેની પાસે ડ્રોઈંગ કરવા માટે માત્ર એક કોરી નોટબુક છે. તે એ નોટબુકની મદદથી ચિત્ર કરી ખૂબ જ ખુશ છે. તેની પાસે જે કંઈ પણ છે તેના માટે તે આભારી છે. અન્ય વસ્તુઓની ઈચ્છા કર્યા વિના તેની પાસે જે છે તેમાંથી તે શ્રેષ્ઠ સર્જન કરે છે.

બીજી તરફ એક છોકરો છે, જેની પાસે તેના શોખ પૂરા કરવા માટે સેંકડો સાધન છે પરંતુ તે હંમેશા કંટાળાનો અનુભવ કરે છે અને વધારે સાધન મળવાની આશા પણ તેને આનંદ આપી શકતી નથી. જો તેને એક નવી વીડિયો ગેમ મળી જાય તો તે તેનાથી પણ કંટાળી જશે અને માતા-પિતા પાસે ફરી કોઈ નવી વસ્તુની માંગણી કરશે.

બંને વચ્ચે ફેર એટલો છે કે પહેલી વ્યક્તિની પાસે જે કંઈપણ છે તેનાથી તેને આનંદ મળે છે, જ્યારે બીજી વ્યક્તિ તેની પાસે જે વસ્તુ નથી તેમાં પોતાનો આનંદ શોધવાનો પ્રયત્ન કરે છે.

મારી સામે આટલા માર્ગ છે,
મારે ક્યો માર્ગ પસંદ કરવો જોઈએ, જે મારા માટે યોગ્ય હશે

નાઓમીએ જંગલમાંથી નીકળતા પહેલા તમારી મુલાકાત દરમિયાન આ પ્રશ્ન પોતાની જાતને પૂછ્યો હતો. બની શકે તે તમે પણ પોતાની જાતને ઘણી વખત આ પ્રશ્ન પૂછ્યો હશે. આથી, જ્યારે પણ તમારી પાસે ઘણા વિકલ્પ હોય ત્યારે નિમ્નલિખિત વાતો યાદ રાખો :

- અનિશ્ચિતતા એ ખૂબ સાહજિક બાબત છે. દુનિયા એટલી પરિવર્તનશીલ અને જટિલ જગ્યા છે જ્યાં શંકા થવી, મૂંઝાવું અને સમસ્યાઓ આવવી સામાન્ય છે. વાસ્તવમાં સમસ્યાઓ આવવી જીવનનો એક ભાગ છે. તમને એ જાણીને આશ્ચર્ય થશે કે ઘણા બધા સફળ લોકો પણ અનિશ્ચિતતા અને ચિંતા અનુભવે છે.
- ભવિષ્ય વિશે ખૂબ વધારે ચિંતા ન કરશો. આજે તમે જે વિષયોનો અભ્યાસ કરી રહ્યા છો તેમાંથી ક્યો વિકલ્પ પસંદ કરવાથી આજથી વીસ વર્ષ પછી

તમારું જીવન કેવું હશે – એ પ્રશ્નનો જવાબ આપવો લગભગ અશક્ય છે. પરંતુ એ ચોક્કસ જાણી શકો કે અત્યારે ક્યો વિકલ્પ પસંદ કરવાથી તમને આનંદ મળશે. માટે જ જો કોઈ વિકલ્પ તમને અત્યારે આનંદ આપે છે તો તેની પસંદગી કરો.

- આવનારા ત્રણથી પાંચ વર્ષો માટે યોજનાઓ બનાવો. નજીકના ભવિષ્ય પર ધ્યાન આપો. અત્યારે તમારા જીવનમાં સૌથી મહત્ત્વની બાબતો કઈ છે અને આવનારા વર્ષોમાં તમે શું પ્રાપ્ત કરવા ઈચ્છો છો ? તમારે દરરોજ કઈ બાબતો કરવાની જરૂર છે, જે તમને એ લક્ષ્યને પૂર્ણ કરવાની નજીક પહોંચાડી શકે છે.

- શંકાથી આકળ-વિકળ ના થશો. આ ચાર રસ્તા પર ઊભા રહીને માર્ગ પસંદ કરવાને બદલે ત્યાં જ તંબુ ઠોકીને ઊભા રહેવા જેવું થશે. જ્યારે તમે એક કરતાં વધારે વિકલ્પનો વિચાર કરો છો ત્યારે તેના માટે તમે કેટલો સમય આપશો એ નક્કી કરો. ઉદાહરણ તરીકે – અભ્યાસ માટે ક્યો વિષય પસંદ કરવો છે – વાત ખૂબ સરળ છે પરંતુ આ નિર્ણય કરવા માટે તમારે એક ચોક્કસ સમય સીમા નિર્ધારિત કરવી પડશે.

- દરેક વિકલ્પના સારા અને ખરાબ પાસા તરફ ધ્યાન આપો. જેના વિશે તમે વિચાર કરી રહ્યા છો તે દરેક વિકલ્પ, સારા અને ખરાબ બંને હોઈ શકે છે. પરંતુ ખરાબ મુદ્દાઓ તરફ ધ્યાન કેન્દ્રિત ન કરશો કારણ કે ત્યારે તમારે માટે નિર્ણય લેવો મુશ્કેલ બનશે. નકારાત્મક બાબતો આપણી અંદર એક પ્રકારનો ભય જન્માવે છે. મોટાભાગના વિચાર, જેનાથી આપણે ડરીએ છીએ તે વાસ્તવિક નથી હોતા. આથી તમે પોતાના માટે ઉપલબ્ધ બધા વિકલ્પોનો સકારાત્મક રીતે અભ્યાસ કરી યોગ્ય વિકલ્પની પસંદગી કરો એ સૌથી સારું રહેશે.

- તમે જ્યાં સુધી ઈચ્છો ત્યાં સુધી ખોટા માર્ગની પસંદગી કરી શકો છો. જ્યારે લોકોની પાસે વધારે વિકલ્પ હોય છે ત્યારે તેમને તેનાથી સૌથી વધારે ડર લાગે છે કારણ કે તે આ વિકલ્પોની નિષ્ફળતા વિશે થોડો વધારે વિચાર કરે છે. પોતાની જાતને પૂછો, 'જો તમારો વિકલ્પ ખોટો સાબિત થાય છે તો તમારી સાથે વધારેમાં વધારે શું ખરાબ થઈ શકે છે ' કદાચ તેનો જવાબ હોઈ શકે છે, 'કંઈ જ નહીં.' માર્ગ ખોટો જણાય તો ભવિષ્યમાં તમે તેને બદલી પણ શકો છો. વિશ્વાસ રાખો, જો કોઈ વ્યક્તિએ પોતાની

જાતને વિકસિત કરવી હોય તો તેના માટે તેણે ભૂલો કરવી અને તેમાં સુધારો કરતા રહેવું ખૂબ જરૂરી છે.

પછીના પ્રકરણમાં આપણે નિષ્ફળતાના ફાયદાઓ વિશે માઈકલ જોર્ડન પાસેથી શીખીશું.

૫.

ચેમ્પિયનની જેમ નિષ્ફળ થવું

'જો તમે સાત વખત પડો છો,
તો આઠમી વખત તમે ચોક્કસ ઊભા થઈ શકશો.'
-એક જાપાની કહેવત

બાસ્કેટ બોલના મહાન ખેલાડી માઈકલ જોર્ડન શિકાગો બુલ્સ અને વોશિંગ્ટન વિઝાર્ડ્સ માટે પંદર સત્ર (સિઝન) રમ્યા. તેમણે ૨૦૦ કરતાં વધારે રેકોર્ડ્સ તોડ્યા, જેમાંથી ઘણા તો તેમના નિવૃત્ત થયાના દાયકાઓ પછી પણ યથાતથ છે, કોઈ બીજું તેને તોડી શક્યું નથી.

ઉદાહરણ તરીકે, પોતાની કારકિર્દી દરમિયાન લગભગ ૫૬૩ એવી મેચ થઈ જેમાં તેમણે ૩૦ કરતાં વધારે પોઈન્ટ્સ મેળવ્યા હતા.

૧૯૯૦ના દાયકામાં મોટાભાગના અખબારો અને ટેલીવિઝન દર અઠવાડિયે જોર્ડનના રેકોર્ડ પર વ્યવહારિક રીતે અહેવાલ આપતા હતા પરંતુ તેમણે ક્યારેય તેમની ભૂલોનો ઉલ્લેખ નથી કર્યો. નિવૃત્ત થયા પછી જ્યારે પત્રકારોએ જોર્ડનને પૂછ્યું કે તે કેવી રીતે ચેમ્પિયન બનવામાં સફળ રહ્યા, ત્યારે તેમનો આ જવાબ સાંભળી બધા જ આશ્ચર્યમાં પડી ગયા કે –

'મેં મારી કારકિર્દીમાં ૯૦૦૦ કરતાં વધારે શોટ્સ ગુમાવ્યા છે. મેં લગભગ ૩૦૦ ગેમ ગુમાવી છે, છવ્વીસ વાર મારી પર ગેમ જીતનારો શોટ મારવા માટે ભરોસો મૂકવામાં આવ્યો અને હું તેમાં નિષ્ફળ રહ્યો, હું મારા જીવનમાં વારંવાર નિષ્ફળ ગયો. અને એ જ કારણ છે કે હું સફળ રહ્યો.'

પોતાના છેલ્લા શોટથી રમત જીતી જવી માઈકલ જોર્ડનના રમતની

વિશેષતા હતી. અને જ્યારે તાલીમનો સમય આવતો ત્યારે તે થાક્યા વિના સતત તાલીમ લેતા હતા. રજાના દિવસે પણ સવારે પાંચ વાગ્યે ઉઠીને બાસ્કેટ બોલની પ્રેક્ટિસ શરૂ કરી દેતા હતા.

તે વ્યક્તિ શું કરે છે, જે હું નથી કરતો ?

જ્યારે તમે સમાચારમાં કે ખૂબ જાણીતી હસ્તીઓના સોશિટલ નેટવર્કને જુઓ છો ત્યારે તમને ક્યારેક-ક્યારેક એવું લાગી શકે છે કે આ એવા લોકો છે જેમને તાત્કાલિક સફળતા મળી છે. પરંતુ વિચારવાની વાત એ છે કે આપણને તેમની સફળતા પાછળ જે શિસ્ત અને મહેનત રહેલી છે તે દેખાતી નથી.

આથી જ્યારે પણ તમે કોઈ સફળ વ્યક્તિને જુઓ, ત્યારે તેના દ્વારા કરવામાં આવેલી આકરી મહેનત અને પ્રયત્નો વિશે વિચારો અને પછી પોતાની જાતને એક પ્રશ્ન પૂછોઃ

સફળ વ્યક્તિ એવું શું કરે છે, જે હું નથી કરતો ?

તમે વિચારશો તો તમને સમજાશે કે એ લોકોએ પોતાના જીવનમાં ઘણી બધી ટેવો પાડી છે અને ઘણી બધી વસ્તુઓ છોડી પણ દીધી છે, જેના કારણે તેઓ એ મુકામ સુધી પહોંચી શક્યા.

આ માટે તમે સવારે પાંચ વાગી ઉઠી જાઓ તે જરૂરી નથી, કોબે બ્રાયન્ટે જેમ પોતાની નિવૃત્તિ પછી કર્યું, પરંતુ તમે સફળ લોકોની જીવનગાથામાંથી એ બાબતો શીખી શકો છો, જેને પોતાના જીવનમાં અમલમાં મૂકતા તમને તમારી ઈકિગાઈમાં સફળ થવામાં મદદ મળશે.

અને નિષ્ફળતામાંથી શીખવું પણ તે પૈકીની એક બાબત છે.

જો તમે જીવનમાં ચેમ્પિયન બનવા ઈચ્છો છો તો તમારે ભૂલોથી ડર્યા વિના તાલીમ લેવી પડશે, વાસ્તવમાં તો તમે જેટલી વધારે ભૂલો કરશો એટલું જ તેમાંથી શીખી શકશો. કેટલાક લોકો બાકીના લોકો કરતાં એટલા માટે આગળ નીકળી જાય છે કારણ કે બીજાની સરખામણીએ તેમણે પોતાના કૌશલ્યને વિકસાવવાનો અભ્યાસ વધારે કર્યો છે.

સામાન્ય રીતે કામ કરતી વખતે બધી બાબતો પોતાને અનુકૂળ ન થાય તો લોકો નિરાશ થાય છે અને આ જ વાત ચેમ્પિયનને બાકીના લોકો કરતાં જુદો પાડે છે. જે લોકો નિષ્ફળ જતાં પ્રયત્ન કરવાનું છોડી દે છે તે હંમેશા નિષ્ફળ જ રહે છે, જ્યારે ચેમ્પિયન પોતાની નિરાશાને પાછળ છોડી દેવામાં અને ફરીથી

પ્રયત્ન કરવામાં સક્ષમ હોય છે. સતત પ્રયત્નશીલ રહેવું એ તેમની સફળતાનું રહસ્ય છે.

નિષ્ફળ જવું અને નિષ્ફળતામાં શીખીને પોતાની ઇકિગાઈને પ્રોત્સાહિત કરવાની આ સૌથી સહેલી રીત છે. દરેક વખતે તમે જ્યારે કોઈ ભૂલ કરો છો ત્યારે સૌથી પહેલા તો તેને સુધારવાનો વિચાર કરો જેથી ભવિષ્યમાં તે જ ભૂલ ફરીથી ન થાય. યાદ રાખો કે જ્યારે તમે લક્ષ્ય તરફ એક પગલું નજીક આવી ગયા છો. હવે આ જ ભૂલ ફરીથી થવાની શક્યતા નહીંવત્ રહી જાય છે.

સૌથી મોટી નિષ્ફળતા

જ્યારે તમે કશું નવું શીખતા હો છો, ત્યારે ઘણીવાર નિષ્ફળતાના ભયથી આપણે કામ જ કરી શકતા નથી. પરંતુ જ્યારે તમે આ ડર પર વિજય પ્રાપ્ત કરો છો ત્યારે તમે મોટો કૂદકો મારી શકો છો. આ ભય પર કાબૂ મેળવવા માટે કેટલાક સૂચનો:

- જો તમે કોઈ નવી ભાષા શીખી રહ્યા છો તો જેઓ તે ભાષા જાણે છે તેમની સાથે ડર્યા વિના વાત કરો.
- જો તમે પરીક્ષા માટે અભ્યાસ કરી રહ્યા છો તો તૈયારી કરતી વખતે પોતાની એક પરીક્ષા લો. જેથી તમને થઈ શકનારી ભૂલોનો ખ્યાલ આવે, જેને સુધારવા માટે હજુ પણ તમારી પાસે સમય છે.
- જો તમે કોઈ સ્પોર્ટ ટીમનો ભાગ હો તો કોઈપણ રમત કે અધિકારક સ્પર્ધામાં ભાગ લેતા પહેલા બીજા કોઈ પ્રતિસ્પર્ધી કરતા વધારે તૈયારી કરો.

જો તમારી ઉંમર ઘણી વધારે છે અને પહેલેથી જ ઘણા નિષ્ફળ રહી ચૂક્યા છો તો તેમાંથી સૌથી મોટી નિષ્ફળતાઓની એક સૂચિ બનાવો અને લખો કે તમે તેમાંથી શું શીખ્યા ?

જો તમે સંગીત કે અન્ય ક્ષેત્રોમાં મહત્તમ સફળતાની બાબતોને સૂચિબદ્ધ કરી શકો છો, બની શકે કે તેને બનાવવામાં તમને ઘણી મુશ્કેલીઓ આવે તેમ છતાં પણ બનાવો. આ તમારા માટે ખૂબ ઉપયોગી રહેશે.

જેમ કે અર્થશાસ્ત્રી, વક્તા અને લેખક એલેક્સ રોવિરા કહે છે કે, 'લોકો પોતાની સફળતામાંથી કશું શીખતા નથી પરંતુ તે પોતાની નિષ્ફળતામાંથી ઘણું બધું શીખે છે. તેથી વિચાર કરો કે તમે તમારી નિષ્ફળતાઓમાંથી શું શીખ્યા છો?'

નિષ્ફળતા મને શું શીખવી ગઈ

૧...

૨...

૩...

૪...

૫...

ઉર્જા

આપણે જોઈએ છીએ કે વીડિયો ગેમમાં કેરેક્ટર જેમ-જેમ લડતાં-લડતાં આગળ વધે છે, તેમ-તેમ તે મજબૂત થતું જાય છે અને પછીના લેવલમાં જવા માટે અનુભવ પ્રાપ્ત કરે છે.

આમ જોવા જઈએ તો આપણે પણ વીડિયો ગેમના પાત્ર જેવા જ છીએ, જે અનુભવ પ્રાપ્ત કરીએ છીએ અને વધારે કુશળ થતા જઈએ છીએ. તમે લેવલ ૧ થી શરૂઆત કરો છો અને જેટલી વધારે વખત તમે લડો છો તેમાં થયેલી હાર કે જીતથી વધારે અનુભવી અને જ્ઞાની થતા જાઓ છો.

વીડિયો ગેમ્સ અને વાસ્તવિક જીવન જીવવામાં સૌથી મોટો તફાવત એ છે કે વીડિયો ગેમમાં હારવા છતાં પણ આપણે આપણું લેવલ ફરીથી શરૂ કરી શકીએ છીએ, પરંતુ વાસ્તવિક જીવનમાં જો આવું બને તો આપણે નુકસાન સાથે જીવવું પડશે. તેથી જીવનમાં તમે જે લડાઈઓમાં સામેલ થવા ઈચ્છો છો તેને ધ્યાન રાખી પસંદ કરો અને ખોટું થનારી બાબતોથી ડરશો નહીં. જો નિષ્ફળતા મળે તો વધારે અનુભવ અને જ્ઞાનની સાથે ફરીથી આગળ વધો.

જેમ કે સિલ્વરસ્ટેન સ્ટેલને ૨૦૦૬માં ફિલ્મ રૉકી બાલ્બોઆમાં કહ્યું હતું કે, 'તમે કેટલી જોરથી ધક્કો મારો છો, એ મહત્ત્વનું નથી. બલકે કેટલો મોટો ધક્કો ખાઈને આગળના પ્રવાસ માટે તૈયાર થાઓ છો એ મહત્ત્વનું છે. તમે કેટલું સહન કરી શકો છો અને છતાં પણ પ્રવાસ ચાલુ રાખી શકો છો, એ મહત્ત્વનું છે.

આ જ રીતે આગળ વધવાથી સફળતા પ્રાપ્ત થાય છે.'

૬.

પ્રવાસીના સાધનો

'કોઈપણ બાહ્ય વસ્તુઓ માનવના હૃદયને
આંતરિક સુખ આપવા માટે અસમર્થ છે.'
-એક હિંદુ કહેવત

બની શકે છે કે તમે સિદ્ધાર્થ એટલે કે ગૌતમ બુદ્ધની કથા સાંભળી હોય, જે એક રાજકુમાર હતા અને પછી વિશ્વના સૌથી પ્રભાવશાળી આધ્યાત્મિક ગુરુ બની ગયા.

તે એક મહેલમાં જન્મ્યા, તેમની પાસે બધા પ્રકારના ભોગ-વિલાસ હતા, ભોજન માટે દરેક પ્રકારના વ્યંજન હતા. તેમની પાસે એ બધું જ હતું જેની કદાચ દરેક મનુષ્ય કલ્પના કરી શકે છે. કોઈપણ બાબતની ઉણપ ન હતી. માત્ર એક જ વસ્તુને બાદ કરતાં અને તે હતી, મહેલ છોડવાની સ્વતંત્રતા.

તેમના માતા-પિતા નહોતા ઈચ્છતા કે તે મહેલની સુરક્ષાભરી દીવાલોની બહાર આવેલી અધૂરી તથા દુઃખ અને વેદનાથી ભરેલી દુનિયાને જુએ, તેથી તેમણે સિદ્ધાર્થને મહેલમાંથી બહારના વિશ્વમાં જવા દીધા નહીં.

જેમ-જેમ તે મોટા થયા, માતા-પિતાની આજ્ઞા વિરુદ્ધ રાજમહેલની બહારની દુનિયા જોવા માટે બહાર નીકળ્યા. બહાર આવીને તેમણે એવી ત્રણ બાબતો જોઈ જે વાસ્તવિક દુનિયામાં છે અને જેની તેમને કલ્પના પણ નહોતી.

- પહેલીવાર તેમણે એક વૃદ્ધ વ્યક્તિને જોઈ અને અનુભવ્યું કે તે હજુ યુવાન છે, પરંતુ એક દિવસ તે પણ વૃદ્ધ થઈ જશે.

- તેમણે એક બીમાર વ્યક્તિને જોઈ અને વિચાર્યું કે તે અત્યારે તો બીમાર નથી પરંતુ ક્યારેક બીમાર પડી શકે છે.
- તેમણે એક વ્યક્તિનું શબ જોયું અને વિચાર્યું કે અત્યારે તે જીવિત છે પણ એક દિવસ તેમનું પણ મૃત્યુ થશે.

આ ત્રણેય ઘટનાઓથી સિદ્ધાર્થ ભયભીત ન થયા, પરંતુ તેમણે પોતાના જીવનના બાકી રહેલા સમયને માનવ દુઃખના કારણો શોધવા માટે સમર્પિત કરવાનો નિર્ણય કર્યો, જેથી તે તેને રાહત આપવામાં મદદ કરી શકે.

ભવિષ્યના ગૌતમ બુદ્ધને પોતાની ઈકિગાઈ મળી ગઈ હતી.

સિદ્ધાર્થ જે પ્રશ્નોના ઉત્તર શોધવા ઈચ્છતા હતા તેને તે મહેલમાં રહીને શોધી શકે તેમ નહોતા. તેમણે પ્રશ્નોના ઉકેલની શોધમાં માર્ગ શોધવાનો હતો.

તેમને તેની અનુભૂતિ ત્યારે થઈ જ્યારે તે એક ભટકતી વ્યક્તિને મળ્યા. તે વ્યક્તિ જ્યારે પણ તેને જે ઈચ્છા થાય તે કરવા માટે સ્વતંત્ર હતી. આ એ જ સ્વતંત્રતા અને જીવન હતું જેની સિદ્ધાર્થને શોધ હતી.

યુવાન રાજકુમાર સિદ્ધાર્થની જેમ આધુનિક વિશ્વમાં પણ ઘણા લોકો બધા પ્રકારની વિલાસતા સાથે જન્મ્યા છે. તેમના માથા પર છત છે, તેમની પાસે સેલ ફોન છે જે તેમને દુનિયાની દરેક પ્રકારની જાણકારી ઉપલબ્ધ કરાવે છે, જેના દ્વારા તે વિશ્વના કોઈપણ ખૂણે બેઠેલી વ્યક્તિનો ચહેરો જોઈને વાત કરી શકે છે. તે ઓનલાઈન વસ્તુઓ ખરીદી શકે છે, ત્યાં સુધી કે દુનિયાના બીજા છેડે બેઠેલી વ્યક્તિની સાથે વીડિયો ગેમ રમી શકે છે.

જો કે આ બધી વસ્તુઓ હોવા છતાં પણ, કેટલાક લોકોને પોતાની અંદર ખાલીપણાનો અનુભવ થતો હશે. અને તેમને એવું લાગ્યું કે આ સુખ-સુવિધાઓથી પર પણ કોઈ જીવન હોવું જોઈએ, જેની શોધ કરવી આવશ્યક છે. તેમને પોતાના જીવનને એક અર્થ આપવાની જરૂર છે. આ દુનિયાની બહારની દુનિયાના રહસ્ય જાણવાની આવશ્યક્તા છે. આ ઉણપને ભરી કાઢી તે જીવનના પૂર્ણત્વનો આસ્વાદ લઈ શકે છે.

સિદ્ધાર્થની શોધ યાત્રાના સાધન

જીવનમાં પોતાના માટે નિર્ધારિત કરેલા કોઈપણ લક્ષ્યને પ્રાપ્ત કરવા માટે તમારે ઘર છોડવું પડે છે અને એક શોધકર્તા બનવાનું હોય છે, જેના માટે

તમારામાં અખૂટ સાહસ, અજાણ્યા વિસ્તારોમાં પ્રવાસ કરવા માટે તૈયાર રહેવું જરૂરી હશે.

જીવનમાં પોતાના ઉદ્દેશને શોધવા માટે અને તેને બીજાની સાથે વહેંચવા માટે નીચે આપેલી છ બાબતો છે જેને તમારે પોતાના સામાન સાથે રાખવી પડશે અને જેના દ્વારા તમે પોતાનો પ્રવાસ શરૂ કરી શકો છો. અને આ બાબતો કઈ છે તે યાદ રાખવા માટે ઈકિગાઈના શબ્દો આ પ્રમાણે છે :

૧) આઈ – ઈમેજિનેશન – કલ્પનાશીલતા

૨) કે – કાઈઝન

૩) આઈ – ઈન્સિપિરેશન - પ્રેરણા

૪) જી – ગ્રેટિટ્યુડ – કૃતજ્ઞતા

૫) એ – ઓડાસિટી – ધૈર્ય

૬) આઈ – ઈમ્પ્રુવાઈઝેશન – સતત સુધારો

સિદ્ધાર્થમાંથી ગૌતમ બુદ્ધ બનવાની કથાના પ્રત્યેક બિંદુને શરૂઆતથી માંડીને અંત સુધી ક્રમથી જોઈએ કે તેમણે ક્યારે, ક્યા સાધનનો ઉપયોગ કર્યો તથા તેને તમે પોતાના જીવનમાં કેવી રીતે લાગુ કરી શકો છો.

કલ્પનાશક્તિ

આમ તો સિદ્ધાર્થ પોતાની યુવાવસ્થામાં એક મહેલમાં પૂરાયેલા હતા, છતાં પણ તેમની કલ્પનાશક્તિ અદ્દ્ભુત હતી. મહેલમાં રહેવા છતાં પણ તે બારીની બહારની દુનિયા વિશે કલ્પના કરી શકતા હતા. તેઓ એ જાણતા હતા કે આ દુનિયા તેમની દુનિયા કરતાં ઘણી જુદી છે.

જે બાબતોથી તે અજાણ હતા તે બધી જ બાબતો તે પોતાની કલ્પનાશક્તિના માધ્યમથી સમજી લેતા હતા. જેના કારણે મહેલમાં પૂરાયેલા હોવા છતાં પણ તે ઉત્સાહી રહેતા હતા.

કલ્પનાશક્તિ એ એક એવું સાધન છે જે બધાની પાસે છે અને તમે આ જ શક્તિની સાથે જન્મ્યા છો. આથી તેના દ્વારા આપણને સાહસિક રીતે વિશ્વની શોધ કરવામાં મદદ મળે છે.

પોતાની કલ્પનાશક્તિને સાકાર કરવાની કેટલીક રીતો અહીં આપવામાં આવી છે.

- એવા પુસ્તકો વાંચો જેમાં એવા સ્થળોનું વર્ણન હોય જેના વિશે તમે અજાણ હો અથવા એવા લોકોનું જીવનચરિત્ર વાંચો જેમનું જીવન અક્લ્પનીય અને રોમાંચકારી ઘટનાઓથી ભરેલું હોય.
- વિશ્વના એ વિસ્તારોની ડોક્યુમેન્ટરી ફિલ્મ્સ જુઓ જ્યાં તમે ક્યારેય ગયા ન હો.
- લોકો સાથે વાતચીત કરી તેમના એ સ્થળોના અનુભવ વિશે જાણો જેના વિશે તમે કશું જ જાણતા નથી.
- જ્યારે તમે પ્રવાસ શરૂ કરશો ત્યારે તમે શું કરશો એ વિશે વિચારીને રાખો.
- એક વિશેષ નોટબુકમાં તમારા સ્વપ્નો અને તમારી કલ્પનાઓ વિશે લખો.

ફ્રેંચ લેખક જ્યૂલ્સ વેને કહે છે, 'કોઈ વ્યક્તિ એક કલ્પના કરે છે, કોઈ અન્ય વ્યક્તિ તેને વાસ્તવિક્તામાં લાવે છે.' ૧૮૬૩માં નવલકથામાં કલ્પેલી ઈન્ટરનેટ, હેલિકોપ્ટર અને સબમરીન આજે વાસ્તવિકતામાં અસ્તિત્વ ધરાવે છે.

કાઈઝન

યુવાન સિદ્ધાર્થે મહેલ છોડ્યો પછી તરત જ તેઓ બુદ્ધ બન્યા નહોતા, જ્યારે તેમને સાક્ષાત્કાર થયો તે સમયે તેમની ઉંમર પંચાવન વર્ષની હતી. જ્ઞાન પ્રાપ્ત કરવા માટે વર્ષો સુધી તે પોતાના મિશન પર કામ કરતા રહ્યા. તેમણે સતત ધ્યાન કરવાનો માર્ગ નીવડ્યો હતો અને તેમને વિશ્વાસ હતો કે આ માર્ગે ખૂબ ધીમેથી આગળ વધી શકાશે પણ ખાતરીપૂર્વક, ચોક્કસ પહોંચી શકાશે.

કાઈઝન શું છે એ સિદ્ધાર્થ જાણતા નહોતા તેમ છતાં પણ રોજે ઓછા-વત્તા પ્રમાણમાં, કંઈ ને કંઈ સુધારો કરતા રહ્યા. કાઈઝનનો ઉપયોગ જાપાનમાં ટોયોટા કારખાનામાં કરવામાં આવ્યો હતો, જ્યાં બધા શ્રમિકોને નાના-નાના ફેરફારોની ઓળખ કરવા અને ઉત્પાદન પ્રણાલીને કારગર બનાવવા માટે વ્યવહારિક ઉકેલના સૂચનો કરવા માટે પ્રોત્સાહિત કરવામાં આવ્યા હતા.

વિશ્વમાં સૌથી વિશ્વસનીય ઓટોમોબાઈલનું ઉત્પાદન કરનારી કંપની ટોયોટાની સફળતાનું રહસ્ય પણ આ જ છે.

તમે વિચારતા હશો કે આ વાતને તમારા જીવન સાથે શું સંબંધ છે. વાસ્તવમાં આપણે તેની સાથે ઘણું બધું કરવાનું છે. એકવાર તમે પોતાની જાતને

વધારે સારી બનાવવા માટે કામ શરૂ કરો છો, ત્યાં સુધી કે જો તમે કશું શીખવા કે કૌશલ્યમાં સુધારો કરવા માટે દિવસનો માત્ર અડધો જ કલાક તેની પાછળ આપો છો, તો તમે દરરોજ તે કાર્યમાં એક ટકાનો સુધારો કરશો. અને આ રીતે ૧૦૦ દિવસોમાં તમે પોતાના કાર્યમાં ૧૦૦ ટકાનો સુધારો કરી શક્યા હશો.

તમે કઈ રીતે પ્રગતિ કરી શકો છો તેની કલ્પના કરો.

- તમે એક નવી ભાષા શીખી શકો છો.
- રમતની પ્રેક્ટિસ શરૂ કરી તેમાં સુધારો કરી શકો છો.
- કોઈ કલા શીખી શકો છો. (જેમ કે સંગીત, પેન્ટિંગ વગેરે)
- વ્યક્તિગત કૌશલ્યમાં સુધારો કરવો. (જેમ કે કેવી રીતે સાંભળવું કે પોતાને કોઈની સમકક્ષ મૂકવા વગેરે)

જો તમે દરરોજ થોડો અભ્યાસ કરો છો, તો કાઈઝનની મદદથી તમે અસામાન્ય સફળતા પ્રાપ્ત કરી શકો છો.

પ્રેરણા

સિદ્ધાર્થે જ્યારે પહેલી વાર મૃત્યુ, ગરીબી અને બીમારી જોઈ ત્યારે તેમને ઘણું જ ખરાબ લાગ્યું. આટલી માનવીય તકલીફોને જોઈ તેમનું હૃદય તૂટી ગયું. પરંતુ આટલું દુઃખ જોઈને તે નિરાશ ન થયા પરંતુ એ પીડાએ તેમની અંદર એક જિજ્ઞાસાની જ્યોત પેદા કરી, જેણે તેમને ઉકેલ શોધવા માટે પ્રેરિત કર્યા જેથી લોકો પીડિત ન રહે.

પોતાની લાંબી તીર્થયાત્રા દરમિયાન તેમણે ક્યારેય પોતાના પરનો વિશ્વાસ ગુમાવ્યો નહીં કે પોતાના લક્ષ્યને પ્રાપ્ત કરવાની આશા છોડી નહીં.

પ્રેરણા એવી બાબત છે જેના દ્વારા તમે પોતાની ઈકિગાઈ પ્રાપ્ત કરી શકો છો.

જો કોઈ કાર્ય કરતી વખતે તમને વિશેષ આનંદ થાય છે અને તમે અનુભવો છો કે આ તમારા માટે ઉપયોગી છે, જે કરતી વખતે સમયનું ભાન જ નથી રહેતું તો પ્રેરણાની એ આગને બુઝાવા દેશો નહીં. પોતાની અંદર ભભૂકવા દો અને એ જ માર્ગ પર આગળ વધતા રહો.

બીજી બાજુ જો તમે અનુભવો છો કે કોઈ બાબત તમને ચિંતિત કરે છે અથવા તમને તે બાબતમાં જરાય રસ નથી પડતો તો તેને બદલવાનો પ્રયત્ન કરો

અથવા કંઈક એવું શોધો જે તમને રુચિકર લાગે.

પ્રેરણા એક એવી બાબત છે, જે તમને તમારા ધ્યેયથી વિચલિત કરતી નથી બલકે તમારા માટે એક પ્રકાશ સ્તંભનું કામ કરે છે અને જીવનમાં દરેક તબક્કે તમને માર્ગદર્શન આપે છે.

કૃતજ્ઞતા

સત્યની શોધમાં સિદ્ધાર્થ ઘણા લોકોને મળ્યા જેમણે માર્ગમાં તેમને મદદ કરી, તેમને માર્ગદર્શન આપ્યું અને બુદ્ધ બનવા સુધી તેમને કંઈક ને કંઈક જ્ઞાન આપ્યું. તેમણે એ બધાનો આભાર માન્યો, ભલે એ લોકોનું પ્રદાન નાનું હોય કે મોટું, સિદ્ધાર્થ હંમેશા તેમનો આભાર માનતા હતા. ધ્યાન કરતી વખતે પણ તેમની અંદર નિરંતર કૃતજ્ઞતાનો ભાવ રહ્યો. એકવાર સંધ્યા સમયે તેમણે પોતાના અનુયાયીઓને કહ્યું –

'આવો, આપણે આભાર માનીએ. જો આપણે આજે ઘણું બધું નથી શીખ્યા પણ થોડું-ઘણું તો શીખ્યા જ છીએ. જો થોડું પણ ન શીખ્યા હોઈએ તો પણ, કંઈ નહીં તો આપણે માંદા ન પડ્યા એટલા માટે આભાર માનો. જો તમે બીમાર થઈ પણ ગયા, તો પણ આભાર માનો કારણ કે કંઈ નહીં તો તમારું મૃત્યુ તો નથી થયું. તેથી આભાર તો માનવો જ જોઈએ.'

તમે લોકોનો જેટલો વધારે આભાર માનો છો અને તેમને ખુશ કરો છો, તમારા માટે જિંદગીના ઉજળા પાસાને જોવું એટલું જ સહેલું હોય છે. કૃતજ્ઞતા આપણને સુંદર બાબતો પર ધ્યાન કેન્દ્રિત કરવાનું શીખવે છે અને એટલે જ આપણને આભાર માનવાની વધારે ને વધારે તક મળે છે.

હેક્ટર અને ફ્રાન્સેસ્ક એ તો એ બધી નાની-નાની બાબતોની એક યાદી બનાવી જેના દ્વારા તે લોકોનો આભાર માની શકે છે:

- તેમનું એકબીજાને મળવું જ સૌથી મોટી ભેટ હતી જેના કારણે તેમને ૬૨૧૪ માઈલ એટલે કે લગભગ ૧૦,૦૦૦ કિલોમીટરના અંતરે મિત્ર મળ્યો જેમણે ઘણા રોમાંચક અનુભવ મેળવ્યા અને ઘણા પુસ્તકોના નિર્માણનો પ્રવાસ સાથે મળીને કર્યો.
- તેમના પુસ્તકનો છપ્પન ભાષામાં અનુવાદ થયો જેનો અર્થ છે કે વિશ્વભરના લોકો સુધી તેમના વિચાર અને કલમ પહોંચ્યા.

- તેમના વાચકોને તેમના પુસ્તકો ગમે છે અને તેમાં લખેલી વાતોનો ફાયદો મેળવી પોતાના જીવનમાં પરિવર્તન લાવે છે.

અને તમે ? તમે જીવનમાં કઈ-કઈ વાતો માટે આભાર માનવા ઈચ્છશો ? કારણ કે નાની-નાની વાતો પણ ઘણું જ મહત્ત્વ ધરાવે છે.

ધૈર્ય

રાજમહેલની સુખ-સુવિધા અને વિલાસતાભર્યું જીવન છોડીને આ રીતે અજાણ્યા માર્ગો પર ચાલવા માટે પ્રચંડ સાહસ અને ધૈર્યની આવશ્યક્તા હોય છે. તેમનો આભાર કે તેમણે આવી હિંમત કરી જેના કારણે કરોડો લોકો મંત્રમુગ્ધ થયા અને તેમને પ્રેરણા મળી.

આમ જોવા જઈએ તો આપણે ઘણી બધી ભાવનાઓને અનુભવીએ છીએ, પરંતુ જો તેમને બે ભાગોમાં વિભાજિત કરીએ તો તેને ભય અને પ્રેમમાં વિભાજિત કરી શકાય છે.

વાસ્તરમાં ભય અને પ્રેમ બંને, ખાસ કરીને જ્યારે તે ખૂબ શક્તિશાળી હોય છે, આપણી પાસેથી ઘણા અસામાન્ય કામ કરાવે છે.

વાસ્તવમાં એક મજબૂત વ્યક્તિ તે હોય છે જે પોતાની અંદર ઉઠી રહેલી ભાવનાઓને સમજવામાં અને તેમને નિયંત્રિત કરવામાં સક્ષમ હોય છે.

ધૈર્યશાળી હોવાનું લક્ષણ એટલે પોતાને મુશ્કેલ પ્રશ્ન પૂછવા અને તેના જવાબ આપવાની હિંમત રાખવી.

અહીં કેટલાક ઉદાહરણ આપવામાં આવ્યા છે:

- જે લક્ષ્ય મેં નિર્ધારિત કર્યા છે તે ઘણા મહત્ત્વના છે તે જાણવા છતાં પણ હું તેમને પૂર્ણ કરવાનો પ્રયત્ન કેમ નથી કરતો.
- હું એ વ્યક્તિ સાથે વાત કરવાની હિંમત કેમ ન મેળવી શક્યો જે મને ખૂબ જ ગમે છે.
- મને જાહેરમાં વાત કરવી કે ગીત ગાવું આટલું મુશ્કેલ કેમ લાગે છે ?

આ બધા પ્રશ્નોનો જવાબ સામાન્ય રીતે એ હોય છે કે આપણે કોઈ બાબતથી ડરીએ છીએ. ખાસ કરીને લોકો આપણા પર હસશે અથવા મારાથી ભૂલ થઈ જશે એવી બાબતોથી ડરીએ છીએ. અથવા પછી 'લોકો શું કહેશે' એ વાતનો આપણને ભય લાગે છે.

આ ભય પર અંકુશ મેળવવા માટે આપણે પ્રેમનો સહારો લઈ શકીએ છીએ – જે રીતે એક પર્વતારોહક ખૂબ ઊંચા શિખરને જોઈને લાગનારા ભયને પોતાની અંદરના પર્વત અને પર્વતારોહણ પ્રત્યેના પ્રેમ દ્વારા દૂર કરી શકે છે, જે તેના ભયને સાહસમાં બદલી નાખે છે.

બહાદુર લોકો એ જ કામ કરવાનું સાહસ કરે છે જેને કરવાથી બીજા ડરે છે. તેમનામાં પોતાને બદલવાની અને વિશ્વને બદલવાની તાકાત છે.

શું તમે તેમના જેવા સાહસિક બનવાની હિંમત કરી શકો છો ?

સુધારો

શું તમારા જીવનમાં બધું બરાબર નથી ચાલતું ? કે પછી તમે હંમેશા એક જ પ્રકારનું કામ કરીને કંટાળી જાઓ છો ? શું તમે આ દુનિયાથી પર જવા ઈચ્છશો જેને તમે જાણો છો ? તેથી જ જે સિદ્ધાર્થે કર્યું એ જ તમે પણ કરો અને નવા માર્ગોની શોધમાં પોતાની જાતને ઝુકાવી દો.

તમે જેટલી વાર ઈચ્છો તમારો માર્ગ બદલી શકો છો, કારણ કે બની શકે કે તમે અનુભવતા હો કે રોજે તમારો દિવસ એક સરખો જ છે અથવા પછી તમારી પાસે શીખવા માટે કશું જ નવું નથી, તો સુધારો કરવાની આવશ્યક્તા છે.

કંઈક એવું કરો જે તમે પહેલા ક્યારેય નથી કર્યું અથવા કંઈક એવું કરો કે જે તમે કર્યું તો છે, પણ આ વખતે એ જ કામને થોડી જુદી રીતે કરો. જો તમે અજાણ્યા માર્ગે પહેલું પગલું માંડો છો તો તમારા પગ નીચે એક નવું વિશ્વ ઉઘડશે.

ઉદાહરણ તરીકે જો તમે કોઈ ઊંચા ઘાસથી ઘેરાયેલા માર્ગ પર જઈ રહ્યા છો અને તમે દૂર સુધી જોઈ શકતા નથી તો મગજને થોડું દોડાવો અને પછી નવો માર્ગ પસંદ કરો. જ્યારે તમે અજાણ્યા માર્ગે ચાલવા માટે પગલું માંડો છો ત્યારે તમારી સમક્ષ એક નવા જ વિશ્વનો આવિષ્કાર થાય છે.

રોજે નવા માર્ગોની શોધ કરવી એ જ જીવન છે. જે મનુષ્ય ડર્યા વિના મજબૂત વિચારશક્તિથી નવા-નવા પ્રયોગો કરે છે તે સુધારો કરવા અને આગળ વધવામાં સક્ષમ હોય છે.

જીનિયસ આલ્બર્ટ આઈન્સ્ટાઈનના કહેવા પ્રમાણે જો તમે એક જ કામને વારંવાર એક જ રીતે કરો છો, તો અલગ-અલગ પરિણામોની અપેક્ષા ન રાખશો.

૭.

સાતમું સાધન :
વિશ્વમાં સ્વયંનું અસ્તિત્વ નિર્માણ કરવુ

'લોકોને તમારી ચમક ઓછી કરવાની પરવાનગી
ન આપશોકારણ કે તેઓ અંધ હોય છે.
તેમને સનગ્લાસ (તડકામાં પહેરવાના ચશ્મા) પહેરવાનું કહો.'
- લેડી ગાગા (ગાયિકા, ગીતકાર, અભિનેત્રી)

કલ્પના કરો કે વિશ્વનો સૌથી સારો ફૂટબોલ ખેલાડી અથવા ગાયક એક એવા રણના ટાપુ પર રહે છે જ્યાં તેની પ્રતિભા વિશે કોઈ જાણતું નહોતું. શું આ તેને માટે શરમની વાત નહીં હોય ? તમે કહેશો કે આ ખોટું છે.

કંઈક આવું જ એ લોકોની સાથે થાય છે જે પોતાને વિશ્વની સામે પ્રગટ કરવાની હિંમત કરી શકતા નથી. એવા ચિત્રકાર જે ભોંયરામાં એટલા માટે પેઈન્ટિંગ એકઠા કરે છે કે તેની સુંદરતા હંમેશા માટે નકામી ન થઈ જાય. ઘણા નવલકથાકારોએ લખ્યું છે કે તેમની નવલકથા ક્યારેય કોઈએ વાંચી નથી અથવા પછી એવા ફોટોગ્રાફર છે જેમની તસવીરો ક્યારેય કોઈએ જોઈ નથી. એટલે એવી વ્યક્તિ ન બનશો જે વિશ્વને એ દેખાડવાથી ડરે છે કે તમે શું કરો છો?

'લોકો શું કહેશે' તે વિશે વિચારશો નહીં

મોટાભાગે લોકો એટલા માટે કશું કામ શરૂ નથી કરતા કારણ કે તેમને એ વાતની ચિંતા હોય છે કે લોકો શું કહેશે ? તેમને હંમેશા એવું લાગે છે કે જો તે એવું દેખાડશે કે 'તે વાસ્તવમાં શું છે' તો લોકો તેમના પર હસશે. વ્યક્તિ વિચારે છે, 'મારાથી નહીં થઈ શકે તો શું થશે ?' અથવા 'મારી પાસે ક્ષમતા નથી તો શું થશે ?', 'જો હું શ્રેષ્ઠ સાબિત નહીં થઉં તો શું થશે ?'

આ બધા પ્રશ્ન તેમની અંદરથી એક નાનકડા અવાજ (ભય) ને કારણે

ઊભા થયા છે જેને તેમણે ક્યારેય સાંભળવા ન જોઈએ. કારણ કે તેનો કોઈ અર્થ નથી હોતો. આ માત્ર કામ ન કરવાના બહાના તરીકે કામ કરે છે.

તમને શું લાગે છે કે વીનસ અને સેરેના વિલિયમ્સે પોતાની પહેલી મેચમાં શાનદાર પ્રદર્શન કર્યું હતું ?

શું ચંદ્ર પર ઉતરતા પહેલા ઘણા બધા રિહર્સલ નહોતા થયા, જે પૂર્ણપણે નિષ્ફળ નીવડ્યા હતા ?

દરેક વ્યક્તિ જે સફળ થઈ શકી છે, તેમને પોતાને વિશ્વની સામે પ્રસ્તુત કરવાના શરૂઆતના કાળમાં એ સમયે ભયનો સામનો કરવો પડ્યો જ્યારે તે સફળ નહોતા થયા. જ્યારે આપણે કોઈને તેમની સફળતાના ઉચ્ચ શિખર પર જોઈએ છીએ ત્યારે આપણે એ નથી વિચારતા કે તેમના પ્રારંભિક કાળમાં તે શું હતા અને આપણે તેમના કલાકો, દિવસો અને વર્ષોના અથાગ પરિશ્રમ વિશે પણ વિચારતા નથી જેણે તેની સફળતાનો પાયો નાખ્યો છે.

અદૃશ્ય સીડી

કલ્પના કરો કે અર્નોલ્ડ શ્વાર્જનેગર ઓસ્ટ્રિયામાં પોતાના જ શહેરમાં જ્યારે પોતાનો પહેલો સ્કાવટ કરી રહ્યા છે અથવા ટીનએજર તરીકે પહેલી વાર વેઈટલિફ્ટિંગ કરી રહ્યા હતા ત્યારે શું થયું હશે ? કદાચ તેમને ઘણી જ મુશ્કેલી પડી હશે. આ આપણે સમજી શકતા નથી કારણ કે આપણે એ અર્નોલ્ડને જાણીએ છીએ જે આંતરરાષ્ટ્રીય સ્તરના પ્રસિદ્ધ બોડી બિલ્ડર હતા અને તેમને માત્ર વીસ વર્ષની ઉંમરે મિસ્ટર યુનિવર્સ ઘોષિત કરવામાં આવ્યા હતા. આપણે તેમના અભિનય પાસા વિશે ઘણું બધું જાણીએ છીએ, કેલિફોર્નિયાના ગવર્નર બનવા માટે ફિલ્મો બનાવવાનું છોડી દીધું તે પહેલાં, કોનન ધ બાર્બેરિયન સાથેની તેમની ફિલ્મ કારકિર્દીની શરૂઆતથી લઈને ટર્મિનેટર શ્રેણી સુધી.

જે રીતે સોશિયલ મીડિયા પર આપણને લોકોની માત્ર સફળતા જ દેખાય છે, નિષ્ફળતા નહીં. કારણ કે નિષ્ફળતા વિશે કોઈ સોશિયલ મીડિયા પર લખતું જ નથી. આપણે અર્નોલ્ડની માત્ર સફળતાઓ વિશે જાણીએ છીએ પરંતુ તેની પાછળની તેમની લાંબી અને અસામાન્ય મહેનત વિશે જાણતા નથી, જેણે તેમને તબક્કાવાર પ્રસિદ્ધિ અને ભાગ્ય આપ્યું.

અર્નોલ્ડ શ્વાર્જનેગરની સફળતાનું એક રહસ્ય એ હતું કે તેમણે પોતાની જાતને ખૂબ જ નાની વયે સ્પર્ધાઓમાં વિશ્વની સમક્ષ પ્રગટ કરી. તે પોતાની

પહેલી સ્પર્ધા જીતી શક્યા નહોતા પરંતુ તેણે તેમને આગળ વધવાનું શીખવામાં અને પોતાનામાં આત્મવિશ્વાસ મેળવવામાં મદદ કરી. તેમણે ક્યારેય હાર માની નહીં, અન્ય કરતાં વધારે તાલીમ લીધી અને સમય જતાં તે વિશ્વના સૌથી વધુ સુડોળ, મજબૂત પીંડીદાર સ્નાયુઓ (સિક્સ પેક) ધરાવતી વ્યક્તિ બની ગયા.

પછીથી તેમણે પોતાને વિશ્વ સમક્ષ રજૂ કરવાનું નક્કી કર્યું. તેનાથી પણ વધારે અને અભિનેતા તરીકેની કારકિર્દી શરૂ કરવા માટે યુનાઈટેડ સ્ટેટ્સમાં સ્થળાંતરિત થયા. શરૂઆતમાં, તેમની નબળા અભિનય માટે ટીકા કરવામાં આવી હતી, પરંતુ સમય જતાં તેમણે પોતાની આગવી શૈલી વિકસાવી અને લાખો લોકો માટે લોકપ્રિય આદર્શ બન્યા. તેમના પોતાના શબ્દોમાં :

'આપણે જે બાબતોનો સામનો કરીએ છીએ તે કદાચ દુર્ગમ લાગી શકે છે. પણ હું શીખ્યો કે આપણે જેટલો અંદાજ લગાવીએ છીએ તેના કરતાં વધારે શક્તિશાળી હોઈએ છીએ.'

જસ્ટિન બીબરની સફળતા

એક અન્ય સફળતાની કથામાં જસ્ટિન બીબર સામેલ છે. જ્યારે તે નાના હતા ત્યારે તેમને ગાતા આવડતું નહોતું અને તેમને શરૂઆતથી જ ઘણી મહેનત કરી શીખવું પડ્યું. એકવાર તેમણે ગાવાનો પ્રયત્ન કર્યો ત્યારે તે સાંભળી લોકોએ તેની ઘણી મજાક ઉડાવી. આમ હોવા છતાં, તે પિયાનો, ડ્રમ્સ, ગિટાર અને ટ્રમ્પેટ વગાડવાનું શીખ્યા. જ્યારે તે બાર વર્ષના થયા ત્યારે તેમણે પહેલી વાર જાહેરમાં, એક સ્થાનિક સ્પર્ધામાં ગાયું ત્યારે તે કેનેડામાં રહેતા હતા. જો કે તે જીતી શક્યા નહીં પરંતુ બીજા સ્થાને રહ્યા. તે દિવસની સૌથી મહત્ત્વની વાત એ હતી કે જસ્ટિનની માતાએ તેના પુત્રનો સ્પર્ધામાં ગીત ગાતો વીડિયો બનાવ્યો અને તેને યુ-ટ્યુબ પર અપલોડ કર્યો. આ વીડિયોએ ઈન્ટરનેટ પર ધૂમ મચાવી દીધી, લાખો હિટ્સ મેળવી. એક દાયકા પછી, જસ્ટિન વિશ્વના સૌથી વધુ પ્રશંસનીય પોપ કલાકારોમાંના એક બની ગયા.

યુવાન નાયક

વિશ્વભરની છોકરીઓ અને છોકરાઓએ સૌથી મુશ્કેલ પરિસ્થિતિઓમાં પણ આપણને દેખાડ્યું કે તે વાસ્તવમાં કોણ છે અને આપણને તે યુવા શક્તિ દેખાડી છે જે વિશ્વને બદલી શકે છે.

મલાલા યુસુફજઈ, જે એક પાકિસ્તાની કાર્યકર્તા, બ્લોગર અને

યુનિવર્સિટીની વિદ્યાર્થીની હતી અને જે માત્ર પંદર વર્ષની ઉંમરે એક આંતકવાદી હુમલાનો ભોગ બની હતી, તેણે એકવાર કહ્યું હતું.

'જો એક માણસ બધું જ નષ્ટ કરી શકે છે, તો એક છોકરી તેને કેમ ન બદલી શકે ? એક બાળક, એક શિક્ષક, એક પુસ્તક, એક કલમ સમગ્ર વિશ્વને બદલી શકે છે.'

આપણી પાસે ગ્રેટા થનબર્ગ રૂપે રોજબરોજના નાયકોનું એક બીજું ઉદાહરણ છે, તે એક કિશોરી છે જે પોતાના આગવા દૃષ્ટિકોણથી સમગ્ર વિશ્વને પ્રેરણા આપી રહી છે :

'જે ક્ષણે આપણે કોઈ કાર્યને પૂર્ણ કરવાનો નિર્ણય કરીએ છીએ કે આપણે ગમે તે કરી શકીએ છીએ, મને વિશ્વાસ છે કે જો આપણે એવું વર્તન કરવાનું શરૂ કરીએ છીએ જાણે આપણે કોઈ કટોકટીની સ્થિતિમાં હોઈએ. આપણે જળવાયુ અને ભૂમિજન્ય કોઈપણ તારાજીથી બચી શકીએ છીએ. મનુષ્ય ખૂબ અનુકૂળનીય છે. આપણે હજુ પણ તેને સુધારી શકીએ છીએ પણ આવું કરવાની તક આપણી પાસે વધારે સમય સુધી નહીં રહે. તેથી આપણે આજથી જ શરૂઆત કરવી જોઈએ. આપણી પાસે બીજું કોઈ બહાનુ નથી.

મલાલા અને ગ્રેટા પોતાને વિશ્વની સામે લાવતા ડરતી નથી. તેમણે બહાદુરીપૂર્વક પોતાની લાગણી લોકો સામે મૂકી અને વિશ્વને એક નવી જ દિશા આપી.

જો અર્નોલ્ડ પોતાના મિત્રોની સાથે ઓસ્ટ્રિયામાં તાલીમ લેવા માટે રોકાયો ન હોત તો તે ગામના પહેલવાન કરતાં વધારે કશું જ બની શક્યો ન હોત.

જો જસ્ટિન બીબર પોતાના બેડરૂમમાં એકલા પિયાનો વગાડતાં રહેતા અને સ્થાનિક સંગીત સ્પર્ધામાં ભાગ લેવા ન જતા અને જો તેમની મા એ પોતાના દીકરાના ગાવાનો વીડિયો યુ-ટ્યુબ પર અપલોડ ન કર્યો હોત તો આપણે તેમના વિશે ક્યારેય જાણી શકતા નહીં. અને આપણને તેમની વાસ્તવિક ક્ષમતાનો અહેસાસ ન થઈ શક્યો હોત.

જો મલાલા અને ગ્રેટા સાર્વજનિક હસ્તી ન બનતી અને પોતાની જાતને ઉજાગર કરી વિશ્વની સામે ન મૂકતી તો આજનું વિશ્વ અત્યારની સરખામણીએ થોડું પાછળ હોત.

ભૂલ કરો

એ વિચારવામાં સમય ન બગાડશો કે તમે જે કામ કરી રહ્યા છો તે સર્વોત્તમ છે. તમારે એવું કરવાની જરૂર નથી કારણ કે તમે શીખવાની અવસ્થામાં છો, ભૂલ કરી શકો છો.

તમે વિચારી રહ્યા હશો : 'શું ? ખરેખર ?' તો આનો જવાબ છે – હા. શરૂઆતમાં ભૂલો ન થવા દેશો અને પ્રામાણિકતાથી પ્રયત્ન કરો. સમયની સાથે ધીરે-ધીરે એ જ કાર્યને તમે ભૂલ કર્યા વિના અને પરફેક્ટ રીતે કરવા માટે સક્ષમ હશો.

ટૂંકમાં, જો તમે કોઈ બાબતમાં ખૂબ સારા બનવા ઈચ્છો છો તો તમે પોતાની જાતને એ ખોટી રીતે કરવાની પરવાનગી આપો. જો તમે તેને સાર્વજનિક રીતે દેખાડવા ઈચ્છતા નથી, તો પણ તમે તેને મિત્રો અથવા કોઈ એવી વ્યક્તિની સાથે વહેંચી શકો છો જે આ બાબતમાં વિશેષજ્ઞ હોય. તે તમને સૂચન આપી શકે છે જેથી તમે તેને વધારે સારી રીતે કરી શકો.

જો તમે પહેલીવાર જાહેરમાં, લોકોની વચ્ચે કશું કરતી વખતે અસહજતા અનુભવતા નથી તો તેનો અર્થ છે કે તમે તેને કરવામાં ઘણો વધારે સમય લીધો.

વિશ્વની સામે પોતાને પ્રગટ કરવાના માર્ગો

પોતાની ભૂલોમાંથી શીખવાની સાથે નાની-નાની વાતો દ્વારા પોતાને લોકોની સામે પ્રસ્તુત કરો અને પછી ધીમે-ધીમે મોટા પ્રયત્નો દ્વારા પોતાની વાતો પ્રસ્તુત કરો.

શરૂઆતના દિવસોમાં લોકોને એ દેખાડવું ખૂબ સહેલું છે કે તમે શું કરો છો. તમે બ્લોગ કે યુટ્યુબ ચેનલ જેવી કોઈ સામાન્ય બાબતથી શરૂઆત કરી શકો છો. શરૂઆતથી જ તમે હજારો ફોલોઅર થવાની આશા ન રાખશો. તમે પોતાના કૌશલ્યને સૌથી સારું કરવા પર ધ્યાન કેન્દ્રિત કરો, ભલે તમારા દર્શક માત્ર દસ જ વ્યક્તિ કેમ ન હોય. કેટલાય મહાન કલાકારોના પહેલા પ્રદર્શનમાં આટલા લોકો પણ નહોતા.

સૌથી મહત્ત્વની વાત એ છે કે પોતાને ડિજિટલ વિશ્વ સુધી જ સીમિત ન રાખશો. લોકોને મળવા માટે બહાર જાઓ, સ્પર્ધાઓમાં ભાગ લો, ચર્ચાઓ અને પ્રદર્શનોમાં જાઓ અને શોધી કાઢો કે બીજા લોકો શું કરી રહ્યા છે ?

અહીં કેટલાક વિચાર આપવામાં આવ્યા છે કે કેવી રીતે શરૂઆત કરવી:

- જો તમે વૈજ્ઞાનિક બનવા ઈચ્છો છો : તો પોતાના પસંદ કરેલા વિષયનો અભ્યાસ કરવા સિવાય વૈજ્ઞાનિક લેખ વાંચવાની ટેવ પાડો, જેથી સમય આવે ત્યારે તમે પહેલેથી જ તૈયાર રહો.
- જો તમે પત્રકાર બનવા ઈચ્છો છો : તો પોતાના બ્લોક અને સ્થાનિક સામાયિકો કે અખબારોમાં તમારા લખાણ પ્રકાશિત કરવાના શરૂ કરો.
- જો તમે એક યુટ્યુબર બનવા ઈચ્છો છોઃ પોતાની ચેનલ શરૂ કરો અને એ વીડિયોને શેડ્યુલ કરો જેને તમે અપલોડ કરવાના હો.
- જો તમે ગાયક બનવા ઈચ્છો છો : તો ઘરે મહાવરો કરો તથા સ્થાનિક સ્પર્ધાઓમાં ભાગ લેવાની ટેવ પાડો જેનાથી તમારો સ્ટેજ માટેનો ભય ઓછો થાય. શક્ય હોય તો કોઈ સ્થાનિક સંગીત ક્લાસમાં પ્રવેશ લો.
- જો તમે એક લેખક બનવા ઈચ્છો છો : તો સામાજિક નેટવર્ક પર ટૂંકા લખાણ પ્રકાશિત કરી શરૂઆત કરો. કોઈ લેખન કાર્યશાળામાં જાઓ, જ્યાં તમે તકનીક શીખશો અને એવા લોકોને મળી શકશો જેમની રુચિ તમારા જેવી હોય. કોઈ લેખન સ્પર્ધામાં ભાગ લો.
- જો તમે એક શેફ બનવા ઈચ્છતા હો તો માતા-પિતાની સાથે કેટલીક વાનગીઓ તૈયાર કરો અને પોતાના મિત્રોને તેને અજમાવવાનું કહો.

ટીકાઓની ઉપેક્ષા કરો

જ્યારે તમે પોતાની જાતને વિશ્વની સામે પ્રસ્તુત કરો છો ત્યારે લોકો અચૂકપણે આ વિશે ટિપ્પણી કરશે. બની શકે છે કે કેટલીક ટિપ્પણીઓ તમારી પ્રશંસા કરતી ન હોય અને બની શકે છે કે તમે શરૂઆતના તબક્કામાં તેનાથી આઘાત પણ પામો. પરંતુ નકારાત્મક ટિપ્પણીઓથી તમે ઘણું શીખી શકો છો. સાથે જ ધ્યાન રાખો કે એક નકારાત્મક ટિપ્પણીથી તમને દસ સકારાત્મક ટિપ્પણીઓ પ્રાપ્ત થઈ શકે છે. માત્ર નકારાત્મક ટિપ્પણીઓની ઉપેક્ષા કરો અને સકારાત્મક ટિપ્પણીઓ પર ધ્યાન કેન્દ્રિત કરો જે તમારી અંદર ઇકિગાઈની આગ પ્રજવલિત કરવામાં મદદરૂપ થશે.

ભાગ – ૨

ઈકિગાઈનો મહાવરો

૧.

હવે આગળ શું ?

'સફળતા મેળવવાનો ઉદ્દેશ ન રાખશો,
બસ એ જ કરો જેને તમે પ્રેમ કરો છો અને જેના પર વિશ્વાસ કરો છો,
સફળતા સાહજિક રીતે જ તમારી પાસે આવશે.'
-ડેવિડ ફ્રોસ્ટ (બ્રિટિશ ટેલિવિઝન હોસ્ટ, પત્રકાર, લેખક)

એકવાર જ્યારે તમે જાણી જાઓ છો કે તમને શું પસંદ છે તો પછીનો પ્રશ્ન આવે છે કે તમારે આગળ શું કરવાનું છે ?

કદાચ, શરૂઆતમાં 'કામ' શબ્દ તમને સારો ન લાગે પણ તેનું કારણ એ છે કે આપણે સામાન્ય રીતે તેને એવી બાબતો સાથે જોડીએ છીએ જે આપણને ગમતી નથી. કામ ત્યારે હેરાન કરે છે જ્યારે...

- સપ્તાહના અંતે તમારે એવા વિષય પર ઘણું બધું હોમવર્ક કરવાનું હોય છે જે તમને ગમતું નથી અથવા સમજવામાં મુશ્કેલી પડે છે.
- જ્યારે તમે ફિલ્મ જોવા અથવા મિત્રો સાથે ફરવા જવા માંગતા હો ત્યારે પરીક્ષાની આગલી રાત્રે તમારે અભ્યાસ કરવો પડે છે.

પરંતુ જ્યારે તમે દરરોજ તમારી પ્રિય વસ્તુ પર કામ કરો છો ત્યારે શું થાય છે ?

એક એવા ફૂટબોલ ખેલાડીનો વિચાર કરો જે દરેક પ્રેક્ટિસમાં મજા કરે છે અને ખૂબ થાકી ગયો હોવા છતાં ખુશ થતો ઘરે જાય છે. અથવા એક એવા ચિત્રકારનો વિચાર કરો જે કલાકો સુધી કેનવાસ સામે બેસીને તેની રચનામાં પૂર્ણપણે ડૂબી જાય છે.

શું તે કામ છે ? હા, પણ તે ફક્ત કામ નથી. તે જુસ્સો અને ઈકિગાઈ પણ છે, જે જાદુઈ રીતે કોઈપણ પ્રયત્નને રોમાંચક મસ્તીમાં પરિવર્તિત કરે છે, જેમ કે વિશ્વના શ્રેષ્ઠ થીમ પાર્કમાં હોવું.

પ્રાચીન ચીનના મહાન તત્ત્વચિંતક કન્ફ્યુશિયસે કહ્યું : 'તમને ગમતું કામ પસંદ કરો, અને તમારે તમારા જીવનમાં ક્યારેય એક દિવસ પણ કામ નહીં કરવું પડે.'

પ્રવાહની સાથે વહેવું એક સારો સંકેત છે

શું તમને નાઓમી યાદ છે ? જે જંગલમાં આટલા બધા માર્ગો જોઈ મૂંઝાઈ ગઈ હતી અને ક્યો માર્ગ અપનાવવો તે જાણતી નહોતી. આવું તમારી સાથે ત્યારે થઈ શકે છે જ્યારે તમે જાણતા નથી હોતા કે તમને શું પસંદ છે, અથવા આવી પરિસ્થિતિ ત્યારે પણ સર્જાઈ શકે છે જ્યારે તમને એક જ સમયે ઘણી બધી બાબતો ગમે છે, જે કંઈ ખરાબ બાબત પણ નથી.

તમને કેવી રીતે જાણવા મળશે કે તમારો શોખ જ તમારી ઈકિગાઈ છે ?

આના માટે એક પરીક્ષણ છે જે તમને એ જાણવામાં મદદ કરી શકે છે, જેમ કે – તમે જે કામ કરી રહ્યા છો તેને કરવામાં તમારો પ્રવાહ ઘણો સારો છે તો તે કામ તમારા માટે સાચા અર્થમાં સારું છે. અને કહી શકો છો કે તમને તમારી ઈકિગાઈ મળી ગઈ છે.

પ્રવાહ શું છે ? જ્યારે તમે કોઈ એવી બાબત પર કામ કરી રહ્યા હો છો, જે કરવાનું તમને ગમે છે અને જે વાસ્તવમાં તમારી ઈકિગાઈ છે તો તે કામ કરવામાં તમે પૂર્ણપણે તલ્લીન થઈ જાઓ છો. મનોવૈજ્ઞાનિક અને સંશોધક મિહાલી સિક્સજેંટમિહાલીનો એક સિદ્ધાંત છે. પ્રવાહમાં વહેતી વખતે તમને આગળનો માર્ગ દેખાય છે.

- સમયનું ધ્યાન ન રહેવું : તમે કોઈ કામ કરી રહ્યા છો અને તે કરતી વખતે સમય ક્યાં વીતી જાય છે તેનો તમને ખ્યાલ પણ રહેતો નથી અથવા રાતના ભોજનનો સમય થઈ જાય ત્યાં સુધી તમને સમયની જાણ પણ થતી નથી.
- તમે ખૂબ એકાગ્રતા સાથે કામ કરી રહ્યા છો અને કોઈપણ બાબતથી અહીં-તહીં વિચલિત થતા નથી – જેમ કે પોતાની મનપસંદ વીડિયો ગેમ રમતી વખતે અથવા પછી કોઈ મનગમતી રોમાંચક ફિલ્મ જોતી વખતે તમે બીજું કશું જ કરતા નથી. આ અવસ્થાને જ 'પ્રવાહ' (ફ્લો) કહે છે.

- તમારું કામ તમારા માટે ખૂબ સહેલું પણ નથી અને ખૂબ અઘરું પણ નથી – જે બાબતો કરવામાં ખૂબ સહેલી હોય છે, તે મોટાભાગે કંટાળાજનક હોય છે અથવા જે બાબતો ખૂબ જટિલ હોય છે તે લોકોને ફ્રિઝ કરી દે છે. પરંતુ તમે જ્યારે પ્રવાહની અવસ્થામાં હો છો ત્યારે જટિલ કામોને પણ સહેલાઈથી કરી શકો છો.

- તમે થાક્યા વિના કામ કરો છો – જ્યારે તમે પ્રવાહની અવસ્થામાં પોતાનું મનગમતું કામ કરવામાં તલ્લીન થઈ જાઓ છો ત્યારે તમારે તે કામ કરવામાં ઘણી વધારે મહેનત કરવી પડતી નથી. જ્યારે તમને કોઈ બાબત ગમે છે તે કરતી વખતે તમને થાકનો અનુભવ થતો નથી, તેના પ્રત્યેનો પ્રેમ તમને કામમાં પ્રવાહિત કરે છે. ઉદાહરણ તરીકે, જો તમને ફૂટબોલની રમત ગમે છે તો રમત પૂરી થતાં તમે થાક અનુભવશો પરંતુ જ્યારે તમે રમતા હશો ત્યારે તમે થાક નહીં અનુભવો.

તમારે કેટલે દૂર સુધી જવું છે તે પસંદ કરો

જો તમે કશું કરતી વખતે બધું જ પહેલેથી ધ્યાન પર લો છો તો તમે પોતાનું જુનૂન, તમારી ઈકિગાઈ મેળવી ચૂક્યા છો. હવે આગળ શું ? આ એ વાત પર નિર્ભર કરે છે કે તમે શું કરવા ઇચ્છો છો ? અથવા પછી તમને આ કેટલું ગમે છે. તે શોધવા માટે તમારે પોતાની જાતને ૧ થી ૧૦ એમ નીચેના પ્રશ્ન પૂછો. તેના જવાબના આધારે તમે જોશો કે તે તમારા માટે કેટલું મહત્ત્વપૂર્ણ છે.

- ૦ થી ૪ – આ એક ધૂન છે. શું તમને ખરેખર આ ગમે છે ? અથવા આ માત્ર ટૂંકાગાળા માટેની રુચિ છે. કારણ કે તમે તેને ૫ પણ આપ્યા નથી તો તમારા માટે કદાચ તે એક મનોરંજન માત્ર છે.

- ૫ થી ૭ – આ એક શોખ છે. આ એક જાતનો સમય પસાર કરવા જેવું છે કે પોતાના ખાલી સમયમાં કશુંક સારું કરવું. અને તેને કર્યા વિના પણ તમને એવું નથી લાગતું કે તમે કંઈક ગુમાવી રહ્યા છો.

- ૮ થી ૯ – આ એક જુનૂન છે. આ આપણે એ બાબત વિશે વાત કરી રહ્યા છીએ જે તમને ખરેખર ગમે છે. તે તમને કામમાં પ્રવાહિત કરે છે. તે તમારા જીવનમાં ખૂબ મહત્ત્વનું છે અને તમારે તેને સમય આપવાની આવશ્યકતા છે કારણ કે તમે તેનો આનંદ મેળવો છો.

- ૧૦ – આ તમારી જરૂરિયાત છે. પોતાના ખાલી સમયમાં તમને બીજી

કોઈ બાબત વિશે વિચારવું પણ મુશ્કેલ લાગે છે. આ તમારા જીવવાનું કારણ, તમારું જુનૂન છે. તેના માટે તમે ગમે તે કરવા માટે તૈયાર રહેશો.

જો તમે ૮ થી ૧૦ સુધી સ્કોર કર્યો છે તો તમે કોઈ મહત્ત્વપૂર્ણ બાબત પર કામ કરી રહ્યા છો. તમે અભિનંદનને પાત્ર છો, એટલા માટે કે કંઈક એવું પામવા માટે જે તમારા જીવનને અર્થ આપે છે એટલું જ નહીં, એટલા માટે પણ કે તે તમારા માટે આનંદની ઘણી ક્ષણો લઈને આવશે.

બની શકે કે તમે જે કંઈ કરી રહ્યા છો તે તમને એટલું ગમવા માંડે કે તે તમારા માટે રોજગારની તક બની જાય, પછી તે તમને ક્યારેય કામ જેવું નહીં લાગે. આવું કરવા માટે તમારે માત્ર ત્યાં સુધી અભ્યાસ કરવાની આવશ્યકતા હશે જ્યાં સુધી તમે તેમાં કુશળ ન થઈ જાઓ અથવા પછી પારંગત ન થઈ જાઓ.

એ જાણવા માટે વાંચો કે તમે જે કામને પ્રેમ કરો છો તેમાં પારંગત કેવી રીતે બનશો ?

૨.

તમારી ક્ષમતાને બહાર કેવી રીતે લાવશો ?

'કામ કરતાં પહેલા સફળતા માત્ર એક જ જગ્યાએ મળે છે, તે છે શબ્દકોશમાં.'
- વિંસ લોમ્બાર્ડી (ભૂતપૂર્વ એનએફએલ કોચ)

'કોઈ જ રહસ્ય નથી એ જ જીવનનું સૌથી મોટું રહસ્ય છે.
જો તમારી કામ કરવાની તૈયારી હોય તો તમે કોઈપણ ધ્યેય સુધી પહોંચી શકો છો.'
- ઓપ્રાહ વિનફ્રે

તમે કદાચ આ હસ્તીઓ વિશે સાંભળ્યું હશેઃ

- લેડી ગાગા – તેમની ગીતોની કેસેટ્સ હંમેશા મોટા પ્રમાણમાં વેચાય છે અને હંમેશા પુરવઠા કરતાં તેની માંગ વધારે રહે છે. અત્યાર સુધી તેમના ૨૭ મિલિયન કરતાં વધારે રેકોર્ડ વેચાઈ ગયા છે અને ફિલ્મ 'અ સ્ટાર ઈઝ બોર્ન', જેમાં તેમણે બ્રેડલી કૂપરની સાથે અભિનય કર્યો અને તેમાંથી તે ૪૩૬ મિલિયન ડૉલર (લગભગ ૩૨૦૦ કરોડ રૂપિયા) કમાયા.
- સિમોન બાઈલ્સ – અત્યાર સુધીની સર્વશ્રેષ્ઠ મહિલા જિમ્નેસ્ટ કહેવાતી સિમોને એલીટ જિમનાસ્ટિકમાં ત્યારથી પ્રતિસ્પર્ધા કરવાનું શરૂ કર્યું જ્યારે તે માત્ર દસ વર્ષની હતી. અન્ય કોઈ અમેરિકનની સરખામણીએ આ રમતમાં તેણે સૌથી વધારે મેડલ જીત્યા છે જેમાં બ્રાઝિલના રિયો ડી જાનેરો ૨૦૧૬ની ઓલમ્પિકમાં પાંચ પદક સામેલ છે.
- એલોન મસ્ક – જે ટેસ્લા ઈલેક્ટ્રિક ઓટોમોબાઈલ નિર્માતા સાથે ઘણી અન્ય કંપનીઓના સંસ્થાપક પણ છે. સ્પેસ એક્સ તેમની વિશ્વની સૌથી મોટી ખાનગી અંતરિક્ષ અન્વેષણ કંપની છે જેનું લક્ષ્ય મંગળ ગ્રહ પર દસ લાખ લોકોની એક કોલોની સ્થાપિત કરવાનું છે.

ઉપરોક્ત મહાન લોકોની યાદીમાં એક સામાન્ય વાત એ છે કે તે એ

બાબતોને હાંસલ કરે છે જે અન્યને અશક્ય લાગે છે અથવા પછી ઘણા લાંબા સમયે પ્રાપ્ત થાય છે. એક વાત આ બધા જ લોકો વહેંચે છે કે તેમણે પોતાની ઇકિગાઈમાં હજારો કલાકોનું રોકાણ કર્યું છે – તેમનું ઝનૂન અને પ્રેરણા શક્તિ જેણે તેમને પોતાના કામમાં સર્વશ્રેષ્ઠ બનાવ્યા, કશું નવું કરવા અને ઘણી બાબતોમાં સારું જીવન જીવવા માટે સક્ષમ બનાવ્યા છે.

દરેક વ્યક્તિ પોતાના ક્ષેત્રમાં પારંગત હોય છે પરંતુ તેમની જેમ સફળ થવા માટે કેટલો સમય જોઈએ ?

૧૦,૦૦૦ કલાકનો નિયમ

કેનેડાના પત્રકાર મેલ્કમ ગ્લેડવેલે આ પ્રશ્નનો અભ્યાસ કરવા માટે પોતાની જાતને સમર્પિત કરી દીધી કે કોઈ બાબતમાં માસ્ટર બનવા માટે કેટલો સમય ખર્ચ કરવો પડે. ગણતરી કર્યા પછી તે આ નિષ્કર્ષ પર પહોંચ્યા કે તમારે કોઈ કાર્ય પાછળ ઓછામાં ઓછા ૧૦,૦૦૦ કલાક ખર્ચ કરવા પડશે.

આઉટલેયર્સ નામના પોતાના પુસ્તકમાં તેમણે બે અલગ-અલગ વ્યક્તિઓનું ઉદાહરણ આપ્યું છે જે અલગ-અલગ વર્ષોમાં જન્મ્યા છે – ઓસ્ટ્રિયાઈ સંગીતકાર વોલ્ફગેંગ એમેડિયસ મોઝાર્ટ અને માઈક્રોસોફ્ટ સહસ્થાપક બિલ ગેટ્સ.

આ અભ્યાસને વાંચનારા ઘણા લોકોના ધ્યાનમાં આવ્યું કે લેંગ લેંગની જેમ મોઝાર્ટ પણ જન્મજાત વિલક્ષણ પ્રતિભાના સ્વામી હતા, જેમણે માત્ર સાત વર્ષની ઉંમરે જ સંગીતની રચના કરવાનું શરૂ કરી દીધું હતું. પરંતુ જ્યારે તેમણે પોતાની સિમ્ફની લખી જેને ઉત્કૃષ્ટ કૃતિઓ ગણવામાં આવે છે, તે સમયે તેમની ઉંમર એકવીસ વર્ષની હતી. અને તે પહેલા જ ૧૦,૦૦૦ કલાક સંગીત શીખવા અને રચના કરવામાં વીતાવી ચૂક્યા હતા.

જ્યાં સુધી બિલ ગેટ્સનો પ્રશ્ન છે, સદ્ભાગ્યે તેમની પાસે પોતાની શાળામાં મૂકવા માટે કમ્પ્યુટર હતું જે ૧૯૬૦ અને ૭૦ના દાયકા દરમિયાન વિદ્યાર્થીઓ માટે ખૂબ જ અસામાન્ય વાત હતી. આ સુવિધાને કારણે તે પોતાની રજાઓ દરમિયાન પણ કલાકો સુધી અભ્યાસ કરી શકતા હતા, જેના કારણે જ્યારે તે હાર્વર્ડ યુનિવર્સિટી પહોંચ્યા ત્યારે તે પાંચ વર્ષથી પ્રોગ્રામિંગ કરી રહ્યા હતા. પોતાના ૧૦,૦૦૦ કલાક ઉત્સાહપૂર્વક આપ્યા પછી તે વિશ્વની સૌથી સફળ સોફ્ટવેર કંપની બનાવવામાં સફળ રહ્યા.

ગંબરીમાસુ

૧૦,૦૦૦ કલાકનો નિયમ જાપાનીઓ માટે મુશ્કેલ નહીં બને, જે પોતાની દૃઢતા અને સંયમ માટે જાણીતા છે. તે જાણે છે કે જીવનનું સાફલ્ય માત્ર સ્વપ્ન જોવામાં કે યોજના ઘડવામાં નથી બલકે તમારે પોતાના સ્વપ્નોનો ત્યાં સુધી પીછો કરવો પડે છે જ્યાં સુધી તમે તેને સાકાર નથી કરી લેતા. કેવી રીતે ? આ જાણવા માટે જુઓ કે દ્વિતીય વિશ્વયુદ્ધમાં ભીષણ તારાજીનો સામનો કરવા છતાં પણ જાપાન વિશ્વની ત્રીજી સૌથી મોટી અર્થવ્યવસ્થા બનવામાં સફળ રહ્યું.

જાપાનમાં આ ગુણને ગંબરીમાસુ કહેવાય છે અને મોટાભાગે તે માંગા અને એનીમે નાયકોની પાસે હોય છે જે માત્ર પોતાના લક્ષ્યો માટે લડે છે તથા જાણ્યે-અજાણ્યે તે જ્ઞાન અને કૌશલ્ય પ્રાપ્ત કરવા માટે ૧૦,૦૦૦ કલાકના નિયમનું ત્યાં સુધી પાલન કરે છે જ્યાં સુધી તે સર્વશ્રેષ્ઠ ન બની જાય.

ઘણા ઉદાહરણો પૈકીનું એક જાપાની માંગા અને એનીમેની શ્રેણી નારુતો છે જેમાં એક કિશોર નિંજા રોગીની સેવાના માધ્યમથી હોકેજ એટલે કે ગામનો સરપંચ બનવા ઈચ્છે છે. પોતાના સંયમિત પ્રયત્નો અને દૃઢ ઈચ્છાશક્તિથી તે આ ધ્યેયને પ્રાપ્ત કરે છે. આ એ જાપાની કહેવતનું અનુસરણ કરે છે, જો તમે એક ખડકને તોડવા ઈચ્છો છો, તો તેના પર ૧૦૦ વર્ષ સુધી બેસો (સતત પ્રયત્ન કરતા રહો).

જાપાનમાં, જ્યારે કોઈ પરીક્ષા કે કરાટે ટુર્નામેન્ટમાં જવા માટે તૈયાર થાય છે ત્યારે લોકો કહે છે ગંબરીમાસુ. જેનો અર્થ થાય છે તમે જે સર્વશ્રેષ્ઠ કરી શકો છો, તે કરો.

પ્રોત્સાહિત કરવા માટે આ શબ્દ ગુડ લકની સરખામણીએ ખૂબ વધારે ઉપયોગી છે. એટલા માટે કારણ કે નસીબ પર તમારો અંકુશ નથી હોતો. જેમ કે – એ માત્ર સંયોગની વાત છે કે જે એકમાત્ર વિષયનો તમે ખૂબ ઝીણવટથી અભ્યાસ કર્યો છે તે જ પરીક્ષામાં આવે.

બીજી બાજુ આકરી મહેનત કરવી અને પોતાનું સર્વશ્રેષ્ઠ પ્રદર્શન કરવું તે તમારા પોતાના નિયંત્રણમાં છે. આ એ જ માર્ગ છે જેને નાયક પસંદ કરે છે. શું તમે નાયક બનવા માટે ગંબરીમાસુ રીતે જીવો છો ?

પારંગત બનવા માટે તમારું ૧૦,૦૦૦ કલાકનું આયોજન

જો તમારો જવાબ 'હા' છે તો પહેલા એ નક્કી કરી લો કે તમારે મહારત

પ્રાપ્ત કરવા માટે કેટલા કલાક લાગશે. અહીં આપેલા ઉદાહરણ દ્વારા તમને સમજાશે કે તમે પોતાની પ્રેક્ટિસ દ્વારા દરેક કલાકથી શું પ્રાપ્ત કરશો.

ધારો કે તમારું લક્ષ્ય જાપાની ભાષા શીખવાનું છે તો તમે આ રીતે તેને પ્રાપ્ત કરી શકશો –

- ૧ કલાક – તમે કેટલાક પાયાના, મૂળભૂત ભાવ-અભિવ્યક્તિ શીખશો, જે જાપાન જાઓ ત્યારે ખૂબ ઉપયોગી થશે. જેમ કે, નમસ્તે, શુભ રાત્રિ, ધન્યવાદ કે કૃપા કરીને...

- ૧૦ કલાક – તમે એક ટૂંકી વાતચીત કરી શકવા સક્ષમ બનશો, જેમ કે કેવી રીતે પોતાનો પરિચય આપવો, પોતાની આવશ્યક્તા માટે વિનંતી કેવી રીતે કરવી કે પછી મહત્ત્વનો પ્રશ્ન કેવી રીતે પૂછવો ? વગેરે શીખી જશો.

- ૧૦૦ કલાક – તમે જાપાની સભ્યતાના એક બુનિયાદી સ્તર સુધી પહોંચી જશો, જે હવે તમને અપરિચિત નહીં લાગે. સૌથી મહત્ત્વની વાત કે તમે જાપાનીઝ નવલકથાઓના જાણીતા પાત્રો કે કાંજીને પણ જાણવા લાગશો.

- ૧૦૦૦ કલાક – જાપાની ભાષા પર તમારી પકડ મજબૂત બનશે અને તમે ગમે ત્યાં,ગમે તેની સાથે, કંઈપણ વાત કરી શકશો.

- ૧૦,૦૦૦ કલાક – તમે આ વિષયના વાસ્તવિક જાણકાર બની ગયા હશો. હવે તમે જાપાનીઝ ભાષા ભણાવી શકો છો, પુસ્તકોના જાપાનીઝમાં અનુવાદ કરી શકો છો અથવા જાપાનીઝ ભાષા વિશે પોતાના મંતવ્યો રજૂ કરી શકો છો.

ઉપરોક્ત ઉદાહરણને આદર્શ માનીને તમે પોતાની પસંદની કોઈપણ બાબત શીખવા માટે સમાન ગણતરી લાગુ કરી શકો છો : સૉકર, વીડિયો ગેમ પ્રોગ્રામિંગ, નૃત્ય અને અન્ય.

હવે જોવાનું એ છે કે જે બાબત તમને સૌથી વધારે ગમે છે, ૧૦,૦૦૦ કલાકમાં તેના મોઝાર્ટ (૧૮મી સદીના એક વિશ્વખ્યાત ઓસ્ટ્રિયન સંગીતકાર અને કંપોઝર, જે સંગીતના ઈતિહાસમાં સૌથી પ્રતિભાશાળી શિરમોર કલાકાર ગણાય છે) બનવા માટે તમારે ક્રમવાર કેટલો સમય લાગે છે ?

પરંતુ સાથે-સાથે આ એ વાત પર આધાર રાખે છે કે તમે દરોરજ શું શીખવા ઈચ્છો છો અને તેના માટે તમે તમારા કેટલા કલાક તેની પાછળ આપો

છો. પોતાના પુસ્તક 'ધ ઈકિગાઈ જર્ની' માં, હેક્ટર અને ફ્રાન્સેસ્કે નીચે પ્રમાણે ગણતરી કરીઃ

- દિવસમાં ૮ કલાક ટ અઠવાડિયામાં ૫ દિવસ = ૫ વર્ષ
- દિવસમાં ૪ કલાક ટ અઠવાડિયામાં ૫ દિવસ = ૧૦ વર્ષ
- દિવસમાં ૨ કલાક ટ અઠવાડિયામાં ૫ દિવસ = ૨૦ વર્ષ
- દિવસમાં ૧ કલાક ટ અઠવાડિયામાં ૫ દિવસ = ૪૦ વર્ષ

જો તમે શાળાના વિદ્યાર્થી છો તો સાહજિક રીતે તમે પોતાની ઈકિગાઈને દિવસમાં આઠ કલાક આપી શકો નહીં. પરંતુ જો ઉંમરના અડધા પડાવે પહોંચતા પહેલા તમારી પાસે દિવસના કેટલાક કલાક છે તો બની શકે કે તમારું જે પણ લક્ષ્ય હશે તેમાં તમે અમુક હદ સુધી પહેલેથી જ પારંગત હશો.

અને સૌથી સારી વાત એ છે કે તમે જે લક્ષ્ય પસંદ કર્યું છે, તે જો તમારા મનને શાંતિ અને આનંદ આપે છે તો તમે પૂર્ણ પ્રવાસમાં મઝા કરશો અને તમે અભ્યાસના પહેલા કલાકથી જ ખુશ થશો. શું આ પોતે જ એક મોટી સફળતા નથી ?

૩.

સહજ આનંદ

'જીવંત સંગીત સાંભળવાથી શ્રેષ્ઠ કશું નથી.
આ એક કુદરતી ઉર્જા છે જે તમારા આત્માને નિખારે છે.'
-ધની જોન્સ (પૂર્વ એનએફએલ લાઈનબેકર, ઉદ્યમી)

હેંસ ક્રિશ્ચિયન એન્ડરસને કેટલી એવી અવિસ્મરણીય વાર્તાઓ લખી છે જેને આપણે બે સદીઓ વીતી જવા છતાં આજે પણ વાંચીએ છીએ. જેમ કે – ધ લિટલ મરમેડ. આ ઉપરાંત ૧૮૪૬માં તેમણે એક જ દિવસમાં સૌથી શ્રેષ્ઠ નવલકથાઓ પૈકીની એક 'ધ નાઈટેંગલ' લખી.

તે જ્યારે કોપનહેગનના થોડા દિવસ પહેલા જ ખૂલેલા એક ઉદ્યાન ટિવોલીમાં ટહેલતા હતા ત્યારે તેમને આ વિચાર આવ્યો. એક ચાઈનીઝ ઉદ્યાન જેવા જ દેખાતા આ ઉદ્યાનમાં અનેક લેખકોને બેસીને લખવાની પ્રેરણા મળે છે.

આ કથાનું મુખ્ય પાત્ર ચીનનો એક સમ્રાટ છે. તેણે પ્રવાસીઓ દ્વારા લખવામાં આવેલા પુસ્તકોમાં વાંચ્યું હતું કે સમ્રાટના પોતાના બગીચામાં રહેતી એક કોયલનું સંગીત બીજા કોઈપણ પક્ષીની સરખામણીએ સૌથી મધુર હતું. પુસ્તકમાં લખ્યા પ્રમાણે રાજા કહેતો હતો કે 'કોયલ મારા સામ્રાજ્યની સૌથી સારી બાબત છે.'

તેણે પોતાના મુખ્ય સેવકને કહ્યું, 'મને આ વિશે કેમ જણાવવામાં નથી આવ્યું ?' અને રાજાએ તે જ રાત્રે એ કોયલને પોતાના રાજભવનમાં ગાવા માટે લાવવાનો આદેશ આપ્યો.

તરત જ કોયલને શોધવામાં આવી અને એ રાત્રે મહેલમાં એક ગીત ગાવા માટે આમંત્રિત કરવામાં આવી. તેના માટે એક સોનેરી મંચ બનાવવામાં આવ્યો જ્યાં તેણે પોતાનું પ્રદર્શન કરવાનું હતું. સમ્રાટે ગાવાનું શરૂ કરવા માટે ઈશારો કર્યો.

જ્યારે કોયલે ગીત ગાયું ત્યારે સમ્રાટ સહિત બધા જ ઉપસ્થિત લોકો ભાવનામય થઈને રડી પડ્યા. આ ઘણી મોટી સફળતા હતી. રાજાએ નિર્ણય લીધો કે તે કોયલ ત્યાં જ રહેશે. તેના માટે આલિશાન પિંજરું બનાવવામાં આવ્યું અને આલિશાન પિંજરામાંથી તે દિવસમાં બે વાર અને રાત્રે એકવાર બહાર આવી શકશે તેવું નક્કી કરવામાં આવ્યું. બાર સેવક તેની સંભાળ લેવા માટે રાખવામાં આવ્યા.

સમ્રાટ ખૂબ ખુશ હતો. અચાનક એક દિવસ તેને ભેટસોગાદમાં એક નવાઈભરી યાંત્રિક કોયલ મળી, જે જીવતી કોયલ જેવી જ હતી પરંતુ હીરા, માણેક અને નીલમથી ઢંકાયેલી હતી. જ્યારે તેને ચાવી આપવામાં આવતી ત્યારે તે જે ધૂન ગાતી તે અસલી કોયલની ધૂન જેવી જ હતી અને તેની પૂંછડી ઉપર-નીચે થતી હતી.

સમ્રાટ પોતાના નવા રમકડાંથી એટલા ખુશ થયા કે તેમણે અસલી કોયલને જવા દીધી. એક દિવસ અચાનક તે યાંત્રિક કોયલ તૂટી ગઈ અને તેને કેવી રીતે સરખી કરવી તે દરબારમાં કોઈ જાણતું નહોતું.

કોયલના ગીતથી વંચિત રાજા એ હદ સુધી બીમાર થઈ ગયા કે હવે તે પોતાની પથારીમાંથી ઊભા પણ થઈ શકતા નહોતા. ઉદાસીને કારણે જાણે તે જીવનથી હારી ગયા હતા. તેના રાજ્યના ઘણા લોકોનું માનવું હતું કે રાજા ટૂંક સમયમાં જ મૃત્યુ પામશે.

જ્યારે કોયલે આ દુઃખદ સમાચાર સાંભળ્યા ત્યારે તે સમ્રાટ પાસે જવા માટે ઉડી ગઈ અને તેમના શયનકક્ષની બારીમાં બેઠી. એકવાર ફરીથી તેણે પોતાના અદ્ભુત ગાયનથી રાજાને મંત્રમુગ્ધ કરી દીધા. રાજાનું મન એકવાર ફરીથી આનંદથી છલકાઈ ઉઠ્યું. તે સંતોષ સાથે સૂઈ ગયા. તેમની ભૂખ ઉઘડી ગઈ અને થોડા સમયમાં જ તેમની તાકાત પાછી આવી ગઈ.

કોયલ નજીકના ઝાડની ડાળી પર બેસીને રાજા માટે ગાતી રહેતી. રાજા એ યાંત્રિક કોયલને કારણે, અસલી કોયલને દૂર કરવા બદલ ખૂબ ક્ષોભ અનુભવતા

હતા અને તેમણે કોયલને હંમેશા માટે પોતાની સાથે રહેવા માટે કહ્યું. એટલું જ નહીં, તેને કહ્યું કે 'જ્યારે પણ તેનું મન હશે તે સ્વતંત્રતાથી ગાઈ શકશે.'

આપણે આવરણના પિંજરામાં કેદ છીએ

એન્ડરસનની આ વાર્તા લખ્યે લગભગ ૨૦૦ વર્ષ થઈ ચૂક્યા છે પરંતુ તેનો સંદેશ આજે પણ એટલો જ પ્રાસંગિક છે.

જીવનને તેની પ્રાકૃતિક અવસ્થામાં જીવવાને બદલે આપણે તેને આભાસી વાસ્તવિકતામાં બદલી નાખ્યું છે. આપણે વિશ્વને વાસ્તવિકતાને બદલે મોબાઈલ કે ટીવીની સ્ક્રીન પર જોઈએ છીએ જેનું પરિણામ આ રીતે આવે છે –

- રસ્તામાં ચાલતી વખતે કુદરતી સૌંદર્ય જેમ કે, આકાશ, વૃક્ષો અને બદલાતી ઋતુના મિજાજને જોવાને બદલે પોતાના સેલ ફોન સાથે ચોંટેલા રહે છે. ક્યારેક-ક્યારેક રસ્તા પર ચાલતી વખતે બીજા લોકો સાથે અથડાઈ પણ જાય છે, જે સામાન્ય રીતે તેમના જેવા જ રોબોટ જેવા હોય છે.
- જેમને આપણે પ્રેમ કરીએ છીએ, તેમની સાથે વાત કરવાને બદલે કે એક-બીજાની આંખોમાં જોવાને બદલે આપણે તેમને સોશિયલ નેટવર્ક પર શોધીએ છીએ જ્યાં આપણા હજારો મિત્ર હોઈ શકે છે પરંતુ તેમાંથી કોઈપણ આપણને વાસ્તવમાં ભેટી પણ શકતું નથી.
- વિશ્વની અજાયબીઓને વાસ્તવિક રૂપમાં અનુભવવાને બદલે આપણે તેમને સ્માર્ટફોન કે ટેબલેટ પર પહેલેથી જ રેકોર્ડ કરેલું જોવાનું પસંદ કરીએ છીએ.

નિ:સંદેહ આ તકનીકી વિકાસોથી આપણને ખૂબ લાભ થયો છે પરંતુ જો આપણે જરૂરિયાત પ્રમાણે તેનો એક ઉપકરણ તરીકે ઉપયોગ કરવાને બદલે તેના પર આશ્રિત થઈ જઈએ છીએ તો તે એક એવું પિંજરું બની જાય છે જે આપણને બાકીની દુનિયાથી વિખૂટા પાડી નાખે છે.

ડિજિટલ આહાર

આખો દિવસ સ્માર્ટ ફોન જોતા રહેવાથી કે વીડિયો ગેમ રમવાથી આપણી આંખો મગજને સુન્ન કરી નાખે છે અને શરીરને થકવી દે છે. આ બધી વસ્તુઓથી આપણે એ જ રીતે સંમોહિત થઈએ છીએ જેમ રાજા એ યાંત્રિક કોયલને જોઈને

થયો હતો. શરૂઆતમાં આ બધું સારું લાગે છે પરંતુ પાછળથી રાજાની જેમ બીમાર પડી જાય છે. જીવન જીવવાની આશા ગુમાવી દે છે અને ગંબરીમાસુની ભાવના પણ ગુમાવી બેસે છે.

જો તમારે પોતાની ઈકિગાઈને સાર્થક કરવી હશે અને પોતાના કૌશલ્યમાં પારંગત થવું હશે તો તમારે આ આભાસી વિશ્વમાંથી બહાર નીકળીને વાસ્તવિક વિશ્વમાં ભળવું જોઈએ, તો જ અંદર નવી-નવી કલ્પનાઓનો વિકાસ થશે અને તમે નવી ઊંચાઈઓ સુધી પહોંચી શકો છો.

તેનો અર્થ એ નથી કે તમારે તકનીક એટલે કે ટેકનોલોજીને છોડી દેવી જોઈએ. બસ તમારે માત્ર તેના ઉપયોગની એક મર્યાદા નક્કી કરવી જોઈએ જેથી આપણે તકનીકને આધીન થવાને બદલે તકનીકને આપણી આધીન બનાવી શકીએ.

એ સંતુલન પ્રાપ્ત કરવા માટે ડિજિટલ આહારનો અભ્યાસ કરનારા લોકોની સંખ્યા વધી રહી છે. તેનો અર્થ એ છે કે તે પોતાના સ્ક્રીન સમયની મર્યાદા નિર્ધારિત કરવાનો પ્રયત્ન કરે છે જેથી તે ફરીથી જીવનનો આનંદ માણવાનું શરૂ કરી શકે.

અમેરિકન વક્તા અને લેખક બ્રેંડન બર્ચર્ડ તમારા સ્ક્રીન સમયને સીમિત કરવા માટે આ રીતોનું સૂચન કરે છે:

- ઉઠ્યા પછી એક કલાક સુધી પોતાના ઈમેઈલ ચેક ન કરશો.
- સૂવાના ૯૦ મિનિટ પહેલા સ્ક્રીન જોવાનું બંધ કરો.
- પોતાના સેલ ફોનને સાથે લીધા વિના દિવસમાં ૩૦ થી ૪૫ મિનિટ સુધી હળવા મનથી ચાલો.
- મહિનામાં કેટલાક દિવસ ડિજિટલ ઉપવાસ કરો. એટલે કે એ દિવસોમાંથી દરેક દિવસ એવી રીતે જીવો કે ડિજિટલ ડિવાઈસનું અસ્તિત્વ જ નથી.
- ભોજન દરમિયાન અથવા જ્યારે પણ તમે કોઈ અન્ય વ્યક્તિ સાથે વાતચીત કરતા હો ત્યારે તમારો ફોન જોશો નહીં.

પ્રત્યક્ષરૂપે સાહસિક કાર્ય કરવું

૧૯મી સદીના એક બીજા મહાન કથાકાર ઓસ્કાર વાઈલ્ડે કહ્યું,

'જીવન જીવવું સૌથી દુર્લભ બાબત છે, મોટાભાગના લોકો માત્ર જીવિત રહે છે.'

જ્યારે તમે આખો દિવસ મશીનોમાં ઓટોપાયલટ મોડ પર ફસાયેલા રહો છો, ત્યારે તમે શારીરિક રીતે આ વિશ્વમાં હાજર રહો છો, પરંતુ માનસિક રીતે નહીં. અને તેથી તમે જીવનમાં સાચા આનંદથી વંચિત થઈ જાઓ છો. પરંતુ કલાકારો, સંશોધકો અને ઉસ્તાદોને તે ઉર્જા જ આપે છે.

ફોટોગ્રાફી ડિજિટલ કે એનાલોગ હોઈ શકે છે. જેમ કે – ઓરડામાં ફિલ્મના રોલનો ઉપયોગ કરવો અને ડેવલપ કરી ફોટોને કાગળ પર મેળવવો. પરંતુ આપણે ડિજિટલ જીવન જીવવાને બદલે તેમાંથી બહાર નીકળી અસલી જીવન જીવવાનું છે. તમને પ્રેરિત કરવા માટે અહીં કેટલાક અન્ય અનુરૂપ સાહસિક કાર્ય આપ્યા છેઃ

- પોતાની કૉપીમાં (નોટ કે ફૂલસ્કેપ ચોપડો) લખવાનું શરૂ કરો – કૉપીમાં પોતાની બધી યોજનાઓ લખી લો. તેમાં તમે પોતાના વિચાર કે કથા પણ લખી શકો છો જેથી પાછળથી તમે તમારા મિત્રોને વાંચીને સંભળાવી શકો.
- નકશા દ્વારા પ્રવાસ – પોતાના માતા-પિતા કે વાલીની સાથે ક્યાંક ફરવા માટે જાઓ અને માર્ગ શોધવા માટે સાથે પારંપરિક નકશો લઈ જાઓ તથા કોઈ મોબાઈલ એપની જગ્યાએ એ નકશાનો ઉપયોગ માર્ગ કે સ્થળ શોધવામાં કરો. આ ગ્રામીણ વિસ્તાર કે શહેર પણ હોઈ શકે છે. વિશ્વાસ રાખો. તમે સ્વયંને અજ્ઞાત ક્ષેત્રોના મહાન સંશોધકોની જેમ અનુભવશો.
- મુદ્રિત પુસ્તક વાંચો – જ્યારે તમે કોઈ પ્રવાસ કરતા હો અથવા રોજે સૂતાં પહેલા પુસ્તક વાંચવાની ટેવ પાડો અને પોતાનું બધું જ ધ્યાન વાંચવા પર કેન્દ્રિત કરો. જ્યારે તમે પુસ્તકના આગળના પાન પર પહોંચો છો ત્યારે તમારા મનમાં વાર્તા સિવાય કોઈ અન્ય વિચાર નથી હોતો. તમે જોશો કે કેવી રીતે વાંચનમાં એક મોટી સુખદાયક શક્તિ હોય છે.
- મિત્રો સાથે મળીને કોઈ કાર્યક્રમનું આયોજન કરો – તમારા મિત્રોને ઓનલાઈન મળો તે સારું જ છે પણ તેમાં સાચા રોમાંચનો અનુભવ કે પ્રેમથી લડવાનો રોમાંચ નથી. પોતાના મિત્રોને બોર્ડ ગેમ ટુર્નામેન્ટ માટે કે પાર્કમાં મળવા માટે બોલાવો. મિત્રતાનો ઉત્સવ મનાવવા માટે વ્યક્તિગત

રીતે કરવામાં આવેલું કોઈપણ બહાનુ અસર કરશે, આનંદદાયક ઠરશે.

તેથી પોતાની ઇકિગાઈના માર્ગ પર ચાલતી વખતે થોડું ડિજિટલ ડાયેટિંગ કરો અને પોતાના માટે બહારની દુનિયાના દ્વાર ખોલો. વિશ્વાસ રાખો, એક રોમાંચકારી વિશ્વ આતુરતાથી તમારી રાહ જોઈ રહ્યું છે.

૪.

આવો, નાનકડાં પતંગિયા !

'ભય જ શત્રુ છે, વિશ્વાસ જ કવચ છે.'
-માસ્ટર પો (કુંગ ફૂ)

તમારામાંથી જે ડ્રેગન બૉલની માંગા અને એનીમે શ્રેણીના શોખીન છે તે તેમની સાથે બાળક ગોકૂને જાણતા જ હશે જેનો ઉછેર તેના દાદાએ પર્વતોની વચ્ચે કર્યો હતો અને દાદાએ જ્યારે પોતે જીવિત નહીં રહે ત્યારે શું કરવું તે તેને શીખવ્યું હતું. તેના દાદાજી તેના માટે એક પિતા જેવા હતા અને સાથે જ એક એવા ગુરુ પણ હતા જેમણે તેને સારા ઉદ્દેશોની સાથે શિક્ષણ આપ્યું હતું.

બાળક ગોકૂ શિકાર કરતા, માછલી પકડતા અને રસોઈ બનાવતા શીખી ગયો. શિયાળાની ઠંડીમાં બળતણ માટે લાકડા ભેગા કરવાનું શીખ્યો પરંતુ તેને પોતાની વાસ્તવિક ક્ષમતાની જાણ નહોતી.

પોતાના દાદાના મૃત્યુ પછી બાળક ગોકૂએ પોતાના મિત્ર બલમા સાથે વિશ્વનો પ્રવાસ કરવા માટે પહેલી વાર પર્વતોમાં બનાવેલું પોતાનું ઘર છોડ્યું. આ રીતે તેમની મુલાકાત મોતાન રોશી, ટર્ટલ સ્પિરિટ, જે એક માર્શલ આર્ટ માસ્ટર હતા, તેમની સાથે થઈ અને તે બાળક ગોકૂના ગુરુ બન્યા. મોતાન રોશી પાસેથી તાલીમ મેળવી અને ઘણી તાનકેશિ માર્શલ આર્ટસ સ્પર્ધાઓમાં ભાગ લીધા પછી ગોકૂ મોતાન રોશી કરતાં પણ વધારે શ્રેષ્ઠ સાબિત થયો. અને લિયાનાર્ડો દ વિંચીની આ કહેવતને સાચી સાબિત કરી :

'એ શિષ્ય બુદ્ધિહીન કહેવાય, જે ગુરુને પાછળ છોડીને તેમનાથી આગળ નથી વધતો.'

જો કે, ગુરુને હરાવ્યા પછી શિષ્યનો માર્ગ ત્યાં જ પૂરો નથી થતો. તેનાથી વિપરીત, આ એ સમય હોય છે જ્યારે તેણે અન્ય ગુરુઓની પણ શોધ કરવી જોઈએ જે તેના માટે ભવિષ્યની શક્યતાઓના દ્વાર ખોલી શકે.

માસ્ટર્સ અને મેંટર્સ

તો માસ્ટર(શિક્ષક) અને મેંટર્સ (માર્ગદર્શક) માં શું ફેર હોય છે?

ગુરુ પાસે વિદ્યાર્થી કરતાં વધારે જ્ઞાન હોય છે. પરંતુ મેંટરનો પોતાનો એક દૃષ્ટિકોણ હોય છે અને તે એ સ્થળોએ જઈ ચૂક્યા હોય છે જ્યાં તમે જવા ઈચ્છો છો.

જો તમે ફૂટબોલના ખેલાડી બનવા ઈચ્છો છો તો તમારે માટે એક એવી વ્યક્તિ તાલીમ આપવા માટે યોગ્ય રહેશે જે લીગમાં રમી ચૂકી હોય, તે તમને તકનીક અને યુક્તિઓ તો શીખવશે જ સાથે તે તમને પોતે અજમાવેલા રસ્તા અને શોર્ટકટ વિશે પણ જણાવશે. તમને એ જોખમો વિશે પણ ચેતવણી આપશે જેનો તેણે સામનો કર્યો છે.

જ્યારે તમને સમજાય છે કે તમને દુનિયામાં સૌથી વધારે શું ગમે છે, ત્યારે બની શકે કે તમે એકલા જ એ માર્ગ પર ચાલો પરંતુ એક સમય એવો આવશે જ્યારે તમને એક ગુરુની જરૂર પડશે.

કારણ કે માત્ર એક ગુરુને જ જાણ હોય છે કે જે માર્ગનું અનુસરણ તમે કરી રહ્યા છો તે માર્ગમાં ઘણી મુશ્કેલીઓ પણ છુપાયેલી છે.

તમારા જીવનમાં પણ મોતાન રોશી જેવા કુટુંબના સભ્ય, મિત્ર કે ગુરુ હોવા જોઈએ, જે એ ક્ષેત્રમાં વિશેષજ્ઞ હોય, જે તમે બનવા ઈચ્છો છો. એક માર્ગદર્શકમાં નીચેના ગુણ હોવા જોઈએ:

- તેમને જાણ હોવી જોઈએ કે સારા પ્રશ્ન કેવી રીતે પૂછવા.
- પ્રશ્નોના ઉત્તરોને ધ્યાનથી સાંભળવાની કલા હોવી જોઈએ.
- તમને સશક્ત બનાવવા અને આત્મવિશ્વાસ આપવો જેથી તમને લાગે કે તમારી પાસે તે કરવાની શક્તિ છે, જે તમે કરવા ઈચ્છો છો.
- તમને કોઈપણ વાત જણાવ્યા વિના માર્ગદર્શન આપવું કે તમારે શું કરવું જોઈએ.

- એ માર્ગોને શોધવામાં તમારી મદદ કરે છે જેના વિશે તમે જાણતા પણ નહોતા.

જો તમે કોઈ વ્યક્તિમાં આના કરતાં વધારે વિશેષતાઓ જોઈ છે તો તે કદાચ એક સારા સલાહકાર હશે.

એક મહાન લિટલ માસ્ટર

તે મોટા પડદાના એક મહાન નાના ગુરુ છે જેમણે ઘણી પેઢીઓના માર્ગ પ્રશસ્ત કર્યા છે. તે ઓબી-વાન કેનોબીથી ઓછા માસ્ટર નથી. શું તમે અનુમાન લગાવી શકો છો કે તે કોણ છે ? તે યોડા, લ્યૂક સ્કાઈવૉકરના જેડી મેંટોરથી ઉતરતા માસ્ટર નથી. તે શરીરે નાનું કદ ધરાવવા છતાં મહાન બુદ્ધિના માલિક છે.

તેમણે લ્યૂક સ્કાઈવૉકરને તેમની સામે આવનારા પડકારો માટે કેટલીક સલાહ આપી છે, જે તમને પણ તમારો માર્ગ શોધવામાં મદદ કરી શકે છેઃ

- ભય તે માર્ગ છે જે તમને અંધકાર તરફ લઈ જાય છે. ભય ક્રોધ તરફ, ક્રોધ ઘૃણા તરફ અને ઘૃણા દુઃખ તરફ લઈ જાય છે.
- યુદ્ધ તમને મહાન નથી બનાવતા. પોતાની અંદર ડોકિયું કરીને જુઓ, જીતવાની બીજી પણ રીતો છે.
- કાં તો 'કરો' અથવા પછી 'ના કરો'. માત્ર કરવાના પ્રયત્નથી કામ નહીં ચાલે. જો તમે તેને પ્રયત્ન કરવાની ભાવનાથી કરો છો તો તમે પહેલેથી જ હારેલા હો છો.

જો યોડા હમણાં તમને જોશે તો શું કહેશે ?

'આ પુસ્તકને અંત સુધી વાંચો અને ઇકિગાઈને પોતાના જીવનમાં અમલમાં મૂકવાનું શરૂ કરો.'

જો કોઈક દિવસ તમને કામ કરવાનું મન ન હોય તો પોતાને પ્રેરિત કરવા માટે યોડા કે મોતાન રોશીની કલ્પના કરો કે તે તમને યોગ્ય માર્ગ પર જવાની અને આવશ્યક કામ કરવાની પ્રેરણા આપશે.

૫.

શું તમે સુપરહીરો બનવા ઈચ્છો છો ?

'કોમિક પુસ્તકો, પ્રગતિ માટે મને સતત પ્રેરણા આપવાનું કામ કરે છે.'
-સ્ટેન લી, માર્વેલ કોમિક્સના સહનિર્માતા

ઘણી વખત જીવનમાં તમારી સામે એવા કોઈ મુશ્કેલ પડકાર આવે છે ત્યારે તમે એક યોગ્ય માર્ગદર્શક શોધી શકતા નથી જે તમારા સમગ્ર પ્રવાસ દરમિયાન તમને મદદરૂપ થાય. અથવા તમે યોગ્ય માર્ગદર્શક મેળવી શકતા નથી અને ધારો કે તમારે આવા પડકારોનો સામનો કરવો પડે છે. જેમ કેઃ

- રમતની શરૂઆતની ટીમમાં સ્થાન બનાવવાનો પ્રયત્ન કરવો.
- કોઈ એવા વિષયમાં પરીક્ષા ઉત્તીર્ણ કરવી જે તમને વાસ્તવમાં મુશ્કેલ લાગતો હોય.
- કોઈપણ વ્યક્તિ સાથે મિત્રતા કરવી.

જ્યારે તમે જાણતા ન હો કે તમારે શું કરવાનું છે અથવા પછી તમને માર્ગ નથી મળી રહ્યો તો તમે કોને સંપર્ક કરશો ?

આવી પરિસ્થિતિમાં કોઈ કાલ્પનિક માર્ગદર્શક તમને માર્ગદર્શન આપતા હોય છે. આવા સમયે આ સુપરહીરો તમને માર્ગદર્શન આપવા માટે હંમેશા તૈયાર રહે છે. તમે તેમની પાસેથી શીખી શકો છો કે કેવી રીતે પોતે જ પોતાના આદર્શ બને.

સુપરહીરો બનવા માટે દસ મહાશક્તિઓ

એક સુપરહીરો બનવા માટે સૌથી મહત્ત્વનો ગુણ ક્યો છે ? તે તમે આગળ જોશો. સૌથી સારી વાત એ છે કે તે બધા જ ગુણ તમારી પહોંચમાં છે. જો તમે તેના પર કામ કરો છો તો તે બધા ગુણ તમે આત્મસાત કરી શકો છો.

૧. જવાબદારી

'મહાન શક્તિઓની સાથે મોટી જવાબદારી પણ આવે છે.' આ વાત અંકલ બેને પીટર પાર્કર એટલે કે અમેઝિંગ સ્પાઈડર-મેનને કહી. તેથી, પહેલો ગુણ જેનો તમારે અભ્યાસ કરવો જોઈએ, તે છે પોતાના જીવનમાં પોતાના કાર્યો પ્રત્યે જવાબદાર હોવું. જે કામ તમે કરવા ઈચ્છો છો તેનું પરિણામ અગાઉથી સુનિશ્ચિત કરવું જેથી તમારા કામોથી બીજાને નુકસાન ન પહોંચે.

૨. દૃઢસંકલ્પ

ગંબરીમાસુ જેની ચર્ચા આ પુસ્તકમાં પહેલા પણ કરવામાં આવી હતી, દૃઢ સંકલ્પ એક મોટી મહાશક્તિ છે, આ એક એવો ગુણ છે જેના પર કામ કરવું જોઈએ. તમે જોશો કે સુપરહીરો ક્યારેય હાર નથી માનતા, ભલે ગમે તેટલી મુશ્કેલ પરિસ્થિતિઓ કેમ ન હોય, અને તે કેટલાય શત્રુઓનો સામનો કેમ ન કરતા હોય. હજાર વાર નિષ્ફળ જવા છતાં પણ લડતા રહે છે. અર્થાત તમે હજાર વાર હારો તો પણ પ્રયત્ન કરતા રહો.

૩. તત્ત્વ અને મૂલ્ય

એક બાબત જે સુપરહીરોને સુપરવિલનથી અલગ બનાવે છે. તે એ છે કે સુપરહીરોની પાસે સમ્માન કે સિદ્ધાંત હોય છે. તે પોતાના વચન પ્રત્યે સાચા હોય છે અને હંમેશા યોગ્ય કામ કરવાની રીતો શોધે છે. આથી તમે કોઈપણ સાહસિક કાર્ય વિશે વિચારો ત્યારે તત્ત્વ અને મૂલ્યો સાથે સમજૂતી ન કરશો.

૪. એકતા

કેટલાક એવા કામ પણ હોય છે જે તમે એકલા કરી શકતા નથી, જેમ કે બાસ્કેટબોલની રમત જીતવી કે સમૂહ પ્રોજેક્ટ કરવા. વાસ્તવમાં તમે જેમ-જેમ મોટા થતા જશો, તમે અનુભવશો કે તમારે બધા મહાન કામ કરવા માટે બીજાની મદદની જરૂર પડે જ છે. તેથી સુપરહીરો જાણે છે કે તેમણે ક્યારે અને કેવી રીતે સમૂહમાં કામ કરવાનું છે. ઉદાહરણ તરીકે, એવેંજર્સની જેમ, એકસાથે કામ કરવું.

૫. માહિતી

કોઈ બાબતનો ઉકેલ લાવવા માટે આકરા બળનો ઉપયોગ કરવો તે કોઈ પર્યાય નથી. માટે જ જો તમારે કોઈ મહત્ત્વનું કામ કરવું હોય તો તમને પરિસ્થિતિની પૂર્ણ જાણકારી હોવી જોઈએ. જેટલો વધારે તમારો અભ્યાસ હશે એટલી જ સારી રીતે તમે સમસ્યાનો ઉકેલ શોધી શકો છો.

૬. ચોકસાઈ

કોઈ કાર્ય કરવા માટે તમારે સાહસ અને તાકાતની જરૂર છે એટલું જ નહીં બલકે તમને એ પણ જાણ હોવી જોઈએ કે તે ક્યાં અને કઈ દિશામાં કરવાનું છે. ઉદાહરણ તરીકે, માર્વલ કોમિક્સમાં જ્યાં ક્યારેક સુપરહીરો હોકાઈ કોઈ દિશામાં લક્ષ્ય નક્કી કરે છે, તીર તેનું અનુસરણ કરે છે. અર્થાત જો તમે કોઈપણ રીતે પોતાની યોજનાઓને પરિણામ આપવાનો પ્રયત્ન કરો છો તો તમે દુર્ઘટનાગ્રસ્ત થઈ શકો છો. આથી કોઈપણ કાર્ય કરતા પહેલા દિશા નિર્દેશિત કરો કે તમે વાસ્તવમાં શું પ્રાપ્ત કરવા ઈચ્છો છો ? તેથી સારી રીતે નિશાન તાકો અને લક્ષ્યનો વેધ કરો.

૭. તાકત

પોતાની શારીરિક શક્તિને વિકસિત કરવા માટે જિમ જવું એક સારી યોજના છે પરંતુ પોતાના સાહસિક કાર્યને આગળ વધારવા માટે તમારે આધ્યાત્મિક શક્તિની પણ આવશ્યકતા હોય છે, જે એક પ્રાકૃતિક શક્તિ છે. તેની તાલીમ તમને ક્યાં મળશે ? તમે તેનું પ્રશિક્ષણ પોતાના મનમાં લઈ શકો છો. નિઃસંદેહ તમે ઈકિગાઈ વિશે જે કંઈ પણ શીખી રહ્યા છો, સ્વયંને નિયંત્રિત કરી તેને અમલમાં મૂકી શકો છો કારણ કે પોતાના મનને નિયંત્રિત કરવું એટલે અડધી લડાઈ જીતી લેવા બરાબર છે.

૮. ભવિષ્યવાદ

તમે વિચારશો, 'આ ક્યો ગુણ છે ?' ભવિષ્યવાદ એટલે, વર્તમાનમાં તમે જે જાણો છો અને જે તમારી પાસે છે, તેના પર જ અટકવાનું નથી. તમારે આવનારા પડકારો માટે પોતાને તૈયાર કરવા જોઈએ. જેમ કે – આયરન મેન, જે હંમેશા ભવિષ્ય માટે નવી તકનીક વિકસિત કરે છે.

૯. વિદ્રોહ

સુપરહીરો અન્યાય સ્વીકારતા નથી. ભલાઈનું કાર્ય કરવાની પોતાની

લડાઈમાં તે વિશ્વ અને પોતાને બચાવવા માટે વિદ્રોહ કરે છે અને બાબતોને ઉપસાવીને બહાર લાવે છે. સારી રીતે નિર્ધારિત વિદ્રોહ જ વિશ્વને બચાવે છે અને આગળ વધારે છે.

૧૦. સાહસ

સાહસનો ગુણ અગાઉના કોઈપણ ગુણ કરતાં ઓછો મહત્ત્વનો નથી. તમારા દ્વારા કરવામાં આવેલા કોઈપણ કાર્ય માટે સાહસ મહત્ત્વનું છે. જે રીતે ભય તમને તમારા ધ્યેયથી દૂર કરે છે અને પોતાના લક્ષ્યોની પાછળ જતાં અટકાવી શકે છે. સાહસ, તમને તમારી સમસ્યાઓનો બહાદુરીથી સામનો કરવાનું અને લક્ષ્ય પ્રાપ્ત કરવાનું શીખવી શકે છે. સાહસથી તમે દરરોજ સુપરહીરો બની શકો છો.

ચાર વર્તુળ

૧.

તમને શું કરવું ગમે ?

'જો તમે તમારું ગમતું કામ કરો છો અને તે કરવાથી તમને સંતોષ મળે છે, તો વિશ્વાસ રાખો કે બાકીનું બધું જ આપોઆપ આવશે.'

-ઓપરા વિનફ્રે

પોતાની બાઈક પર પ્રવાસ કરતા તમે ઘાસના મેદાનોમાંથી, નદીઓ પાસેથી અને પહાડી વિસ્તારોમાંથી પસાર થતા, ઢાળ પરથી નીચે ઉતરતા તમે ઘણા સુંદર સ્થળોને પાર કરો છો.

એક દિવસ તમે દૂર એક શહેરને જુઓ છો. આટલા લાંબા સમય સુધી કુદરતથી ઘેરાયેલા રહેવાની ટેવ પછી તેની ગગનચુંબી ઈમારતો જોવી તમારા માટે એક આશ્ચર્યમાં મૂકનારું પરિવર્તન છે. જેવા તમે શહેરની નજીક આવો છો, ટ્રાફિક અને લોકોની ભીડમાં તમને ભય લાગે છે કે ગભરાટ થવા માંડે છે. જો કે તમે પોતાની જાતને પૂછતા, 'નાઓમીનું શું થયું હશે ?' એમ વિચારતા આગળ વધો છો.

જો કે તમે પોતાની જાતને અસહજ અનુભવો છો પરંતુ તમને લાગે છે કે આ પરિવર્તન તમને સારું પરિણામ આપશે. તેથી તમે આ નવા સાહસિક કાર્યમાં આગળ વધો છો.

જેવા તમે એક પુલ ઓળંગો છો, ત્યારે તમને જૂના, ફેશનમાં ન હોય તેવા કપડાં પહેરેલી એક મહિલા દેખાય છે, જેની ઉંમર લગભગ પચાસથી સાઈઠ વર્ષની હશે. તે એક ટેબલ પર બેસી નદી તરફ જોઈ રહી છે. તેની નજર દૃશ્ય પર એ રીતે કેન્દ્રિત છે જાણે તે બીજું કશું જ જોઈ શકતી નથી. તેના જમણા હાથમાં એક બ્રશ અને ડાબા હાથમાં રંગોની એક પ્લેટ છે.

તમે તેના ચિત્રની સુંદરતા જોવા માટે થોભો છો અને શહેરમાંથી વહેતી વિશાળ નદી પર નજર નાખ્યા પછી તમે તેને કહો છો :

'તમારું ચિત્ર વાસ્તવિક દૃશ્ય કરતાં પણ વધારે સુંદર છે.'

તમારા શબ્દોથી તેની એકાગ્રતાનો ભંગ થાય છે, પણ તે તમને જવાબ આપતા પહેલા સ્મિત કરે છે : 'આભાર. શું તે જ આપણને માનવ નથી બનાવતું ?'

તમે કહ્યું, 'હું સમજ્યો નહીં. તમે શું કહેવા ઈચ્છો છો ?'

તેણે કહ્યું, 'કલા, નવી દુનિયા બનાવવાની આપણી ક્ષમતા, એ જ છે જે આપણને પ્રાણીઓથી અલગ પાડે છે. કૂતરાં વાસ્તવિકતા કરતાં વધારે સુંદર વસ્તુઓ દોરી શકતા નથી.'

'અલબત્ત – કૂતરાંને હાથ નથી હોતા,' તમે તેને કહો છો.

તેણે પૂછ્યું, 'અને જો તેમના હાથ હોત, તો શું તે ચિત્ર બનાવી શકત ?' આ છેલ્લા પ્રશ્નએ તમને થોડીક ક્ષણો વિચારવા માટે મજબૂર કરી દીધા.

પછી તમે કહ્યું, 'મને ખબર નથી.'

તે હસે છે અને બ્રશને નીચે મૂકી આગળ કહે છે : 'જો તમે માણસ છો અને કંઈક કરવાનું પસંદ કરો છો, તો તમે હંમેશા તેને વાસ્તવિકતા કરતાં વધારે સુંદર બનાવવાનો પ્રયત્ન કરશો.' તે વિચારશીલ દેખાય છે, પછી ઉમેરે છે, 'પરંતુ માત્ર તમને શું ગમે છે તે જાણવું પૂરતું નથી. બલકે તમારે ત્રણ અન્ય વસ્તુઓની જરૂર છે.'

તમે ઉત્સુકતાવશ પૂછ્યું, 'કઈ ત્રણ વસ્તુઓ ?'

તેણે કહ્યું, 'તમને તમારા આગળના પ્રવાસમાં જલદી જ ખબર પડી જશે. પહેલેથી જણાવીનું હું તમને કોઈ મૂંઝવણમાં મૂકવા માંગતી નથી. તમે તેમને એ જ કહો છો ને, બરાબર ?'

તમે આ સ્ત્રીની સ્વસ્થતાથી આશ્ચર્યચકિત થઈ માથું હલાવો છો. તેણે પહેરેલાં કપડાં જોતાં તે ગરીબ હોઈ શકે છે પરંતુ તે ખૂબ જ ખુશ દેખાય છે. તમને આશ્ચર્ય થાય છે કે શું આનંદ કઈ એવી વસ્તુ મેળવવાને કારણે છે જેને તમે પ્રેમ કરો છો અને તેના માટે પોતાની જાતને સમર્પિત કરો છો.

તમને એ પણ આશ્ચર્ય થાય છે કે તમને શું કરવું ગમે છે તે ઉપરાંત તમારે

બીજી કઈ ત્રણ બાબતો જાણવાની જરૂર છે, પરંતુ પછી ચિત્રકાર કહે છે, 'મને તમારામાં આટલી નાની વયે પણ ઘણું શાણપણ જણાય છે. શું તમે પહેલેથી જ શોધી કાઢ્યું છે કે તમારી રુચિ શું છે?'

'હજુ સુધી નહીં. પણ હું મારી શોધમાં છું.' તમે બાઈક પરથી ઉતર્યા વિના જવાબ આપો છો.

પછી તે સ્ત્રી પોતાની બેગ ખોલે છે અને એક ચળકતા સિક્કા જેવી વસ્તુ બહાર કાઢે છે જેના પર લખ્યું હતું કે તમને શું ગમે છે.

'આ લો, આ મેડલિયન. તે તમને તમારા જુસ્સાને શોધવામાં અથવા મારે કહેવું જોઈએ કે સર્જવામાં તમારી મદદ કરશે. તે તમને યાદ રાખવામાં પણ મદદ કરશે કે તમારે જીવનના અન્ય ઘટકો શોધવાનું બંધ ન કરવું જોઈએ.'

'આભાર.'

તમે મેડલિયનને તમારી બેગમાં મૂકો છો અને ચિત્રકારને વિદાય આપ્યા પછી, ફરીથી પ્રયાણ કરો છો.

**તમને શું
ગમે છે**

ઉલ્કાપાત ભાગ્યે જ થાય છે

જેમ તમે અગાઉના પ્રકરણોમાં જોયું છે કે, જો તમે હજુ પણ જાણતા નથી કે તમને જીવનમાં શું કરવાનું પસંદ છે અને જો તમારી કોઈ મોટી અપેક્ષાઓ પણ નથી, તો ચિંતા કરશો નહીં. કેટલાક લોકો માને છે કે તમને જે કરવાનું ગમે છે, તમારો જુસ્સો એક દિવસ ઉલ્કાપિંડની જેમ તમારી પાસે આવશે, જે તમારા જીવનને કાયમ માટે બદલી નાખશે.

પરંતુ મોટાભાગના કિસ્સાઓમાં, એવી કોઈ 'યુરેકા' ક્ષણ નથી હોતી જેમાં તમને જે કરવાનું ગમે છે તે તમારી સામે પ્રગટ થાય છે.

ઉદાહરણ તરીકે, પહેલી નજરે પ્રેમમાં પડવાનો વિચાર એક રોમેન્ટિક

ખ્યાલ છે જે સામાન્ય રીતે પુસ્તકો અને ફિલ્મોમાં દેખાય છે.

જો કે, વાસ્તવિક જીવનમાં પ્રેમમાં પડવું એ સામાન્ય રીતે ધીમે-ધીમે થતી પ્રક્રિયા છે, જેમાં ખુશી અને તણાવનો અનુભવ થાય છે.

ઈકિગાઈની શોધ માટે પણ આવું જ છે.

જો તમને એવું લાગતું હોય કે કોઈ દિવસે બપોરના સમયે તમને અચાનક કોઈ ઉચ્ચ શક્તિ સાથે જોડાણનો અનુભવ થાય, તે તમારા કાનમાં કશું કહે અને તમે બૂમ પાડો : 'હવે મને ખબર પડી ગઈ કે હું મારા બાકીના જીવનમાં શું કરવા માંગુ છું.' તો આ તમારો ભ્રમ છે.

એવા ઘણા ઓછો લોકો હશે જે આટલી ઝડપથી પોતાને શું ગમે છે તે શોધી કાઢે છે. જ્યારે આપણામાંથી મોટાભાગના લોકોએ પોતાની પસંદની બાબતો શોધવાનો પ્રયત્ન કરતા રહેવું પડે છે અને એ વાત પર ધ્યાન આપવાનું હોય છે કે આપણને શું ગમે છે અને શું નથી ગમતું. આપણે અજમાયશ અને ભૂલ દ્વારા બાબતોનું અન્વેષણ કરવું પડશે.

કમ વન કમ ઑલ

કોઈ કામ કરતી વખતે પ્રવાહની સ્થિતિમાં આવવું અને તેમાં ડૂબી જવું એ સારી નિશાની છે, એ આપણે અગાઉ જોઈ ચૂક્યા છીએ. તેનાથી તમને પોતાની ઈકિગાઈ સમજવામાં મદદ મળે છે. એટલે કે જે બાબતો તમને ગમતી નથી તેને એક-એક કરીને ક્રમવાર ખસેડતા જવાથી તમે પોતાની પસંદ સુધી પહોંચી જાઓ છો.

કદાચ તમે જાણતા નથી કે તમારે ક્યો માર્ગ પસંદ કરવાનો છે અથવા તમને ઘણી બધી બાબતો ગમતી હોય અને તેમાંથી કઈ એક પસંદ કરવી એ માટે તમે મૂંઝાતા હો, તો પણ કંઈ વાંધો નથી. તમે તમારી આખી જિંદગી દરમિયાન ઘણી બધી ઈકિગાઈ રાખી શકો છો. બની શકે છે કે ભવિષ્યમાં તે બધી ઈકિગાઈ મળીને એક નવી ઈકિગાઈનું નિર્માણ કરે.

કદાચ તમે ઘણા પ્રકારની અલગ-અલગ બાબતો પર કામ કરો છો અથવા પછી તમને એક કરતાં વધારે બાબતો પર કામ કરવાનું ગમે છે. જો તમે ધીરે-ધીરે તે બધા પર કામ કરતા રહ્યા, તો પણ તમને તમારી ઈકિગાઈ શોધવામાં મદદ મળશે.

જેમ કે એપ્પલના સહ-સંસ્થાપક સ્ટીવ જોબ્સ વિશે કહેવાય છે કે તે ક્યારેય કોઈપણ કામમાં ઉત્કૃષ્ટ નહોતા, પરંતુ તેમને ઘણી બધી બાબતો કરવાનું ગમતું હતું, કમ્પ્યૂટર, એન્જિનિયરીંગ, ડિઝાઈન, કેલિગ્રાફી, ઝેન અને સંશોધન.

તે આવી ઘણી બધી બાબતોને શોધવામાં સારા હતા જેને તે પ્રેમ કરતા હતા, પરંતુ તેમાંથી કોઈ એકમાં પણ તેમને મહારત પ્રાપ્ત નહોતી. પરંતુ તેમણે આ બધી જ શીખેલી બાબતોને પોતાના મહત્ત્વાકાંક્ષી પ્રોજેક્ટ એપ્પલમાં એકસાથે અમલમાં મૂક્યા અને એપ્પલના નિર્માણે પ્રોદ્યોગિકીના ઈતિહાસને જ બદલી નાખ્યો.

તમને કરવાનું ગમે તેવી બાબતો શોધી કાઢવાનો માર્ગ

- એવા લોકોનું લિસ્ટ બનાવો જેનાથી તમે સૌથી વધારે પ્રભાવિત છો. તે લોકો શું કરે છે તે જુઓ અને પછી તેમના કરેલા કામ કરવાનો પ્રયત્ન કરો, વિશ્લેષણ કરો કે તે કરવાથી તમને આનંદ મળે છે કે નહીં.
- શું એવો કોઈ વિષય છે જેમાં તમને એટલો રસ પડતો હોય કે તમે કંટાળ્યા વિના તેના વિશેની ડઝનેક ડોક્યુમેન્ટરીઝ જોઈ શકો છો ? આ તમારી રસવૃત્તિ શોધવાનો સરળ માર્ગ હોઈ શકે છે.
- અઠવાડિયાના અંતમાં કંઈક એવું વિશેષ કામ કરો, જે તમે સામાન્ય રીતે નથી કરતા. અથવા કંઈક એવું જે તમે પહેલા ક્યારેય ન કર્યું હોય. જેમ કે – આઈસ સ્કેટિંગ, એક નવી ભાષા શીખવી, ટેનિસ રમવું, વાર્તા લખવી વગેરે.
- કોઈ એવા પ્રકારના કામ હોય જે કરવાના થોડા દિવસ પહેલાથી જ તમે ઉત્સાહિત થઈ જાઓ છો ? કદાચ એટલા માટે કારણ કે તે કરવાનું તમને ગમે છે. માટે જ તેના માટે તમારે વધારે સમય આપવો જોઈએ.
- એક ક્ષણ માટે તમારી આંખો બંધ કરી પોતાના આખા દિવસની કલ્પના કરો કે સવારે ઉઠવાથી શરૂ કરીને આખા દિવસમાં તમે શું-શું કરો છો ? પછી એક કાગળ પર, પછી પોતાની ડાયરીમાં લખો કે તમારો આદર્શ દિવસ વીતાવવા માટે તમારે તેમાંથી શું કરવું છે ? અને શું બંધ કરવું છે ?

૨.

તમે ક્યા કામમાં સારા છો ?

'મારી પાસે કંઈક એવું હતું, જે કદાચ બીજા પાસે નહોતું, કામ કરવાનું ઝનૂન. ઝનૂન ખૂબ જ મહત્ત્વનું છે. આપણે ક્યા કામમાં કેટલા કુશળ છીએ તેના કરતાં વધારે મહત્ત્વનું એ છે કે આપણે કેટલા ઝનૂનથી સતત કામ કરીએ છીએ.'

-ડોરિસ લેસિંગ (લેખક)

શહેરના પાર્ક, થિયેટર અને મોલમાં થોડા દિવસ ફરવાનો આનંદ મેળવ્યા પછી તમે એકલતા અનુભવવા લાગો છો. આ પરસ્પર વિરોધી ભાવના હતી કારણ કે તમે હજારો લોકોથી ઘેરાયેલા હોવા છતાં એકલતા અનુભવો છો.

તમારા જેવા પ્રવાસીઓ માટે હોસ્ટેલની સુવિધા આપનારા એક હોસ્ટેલમાં તમે પણ સ્થાન મેળવ્યું.

તમે હોસ્ટેલમાં પોતાના ઓરડામાં પથારીની નજીક મૂકેલા લેમ્પના પ્રકાશમાં એ સિક્કા જેવી ચળકતી વસ્તુ કાઢીને જુઓ છો, જે સૂર્યની જેમ ચમકી રહ્યું છે, તેને પણ તમે પોતાના જેવો એકલો અનુભવો છો. ચિત્રકારે તમને અન્ય ત્રણ વસ્તુઓ વિશે જણાવ્યું હતું જેને શોધવાની બાકી છે, શું તેમનું દરેકનું પોતાનું પદક હશે ?

બીજા દિવસે હોસ્ટેલના માલિકે તમને જણાવ્યું કે, 'અહીંના મઠ (વિહાર) ના ગુરુએ અહીં બાઈક રેલીનું આયોજન કર્યું છે.'

'આ કેવા પ્રકારનો મઠ છે ?' તમે તેમને પૂછ્યું.

'મેં તેના વિશે જે સાંભળ્યું છે તે પ્રમાણે ત્યાં જનારી દરેક વ્યક્તિને સમજાઈ જાય છે કે તેના માટે કઈ વસ્તુ સારી છે અને કઈ નહીં.'

તમે તરત જ સમજી ગયા કે આ ખૂબ સારી તક છે અને મારે મારી શોધ ચાલુ રાખવા માટે તરત જ ત્યાં જવું જોઈએ.

બીજા દિવસે સવારે તમે તેમની આપેલી સૂચના પ્રમાણે ત્યાંથી નીકળી ગયા અને આખો દિવસ નિર્જન વિસ્તારમાં ફરતા રહ્યા.

આખરે સૂર્ય આથમે તે પહેલા એક પહાડ પર મઠ દેખાયો, જેની ચારેય તરફ રંગીન ધજાઓ લગાવેલી હતી.

તમે બાઈક પરથી ઉતરો છો અને ખૂબ મુશ્કેલીથી ઉપર ધકેલીને મઠ સુધી પહોંચો છો.

ત્યાં પહોંચીને તમે બાઈકને લાકડાના થાંભલા સાથે ટેકવી હવન સ્થળ સુધી પહોંચો છો, ત્યાં બે મીણબત્તીઓ લગાવેલી હતી જેનો પ્રકાશ એક પથ્થર પર પડતો હતો જેનો આકાર પ્રશ્નાર્થ ચિન્હ જેવો હતો.

મઠના ગુરુ આજુબાજુમાં હશે એવું અનુમાન લગાવી તમે ઘૂંટણિયે બેસી જાઓ છો.

પછી તમે મોટેથી કહો છો કે, ‘હું જાણવા ઈચ્છું છું કે હું ક્યા કામમાં સારો છું અને હું બીજા કરતા શું વધારે સારું કરી શકું છું ?’

થોડીક મિનિટ સુધી ઉત્તરની રાહ જોયા પછી પણ ત્યાં માત્ર સન્નાટો છવાયેલો હોય છે. બાઈક પર લાંબો પ્રવાસ કરવાથી થાકેલા હોવાને કારણે તમે એક ક્ષણ માટે પોતાની આંખો બંધ કરી લો છો અને શાંત બેસી રહો છો.

જ્યારે તમે આંખો ખોલો છો ત્યારે તમને વેદીની બીજી તરફ એક માણસ દેખાય છે, જે કોઈ જાદુગર જેવો દેખાય છે. તેના માથા પર વાળ નહોતા, જેના કારણે તેનું માથું ચમકતું હતું. તમને આશ્ચર્યચકિત થયેલા જોઈ વહાલભર્યા સ્મિત સાથે તે કહે છે, ‘આકાશી ભવિષ્યવાણીઓ મિથક છે. તે ક્યારેક કામ કરતી નથી, કોઈ દૈવી શક્તિ પણ કામ કરતી નથી. કોઈ પણ ચોક્કસપણે જણાવી શકતું નથી કે તમે ક્યા કામમાં શ્રેષ્ઠ છો અથવા કઈ બાબતમાં બીજા કરતાં શ્રેષ્ઠ છો. તમે તેને માત્ર પોતાના અનુભવો અને આત્મવલોકનથી જાણી શકો છો.

પછી તે જાદુગર જેવી દેખાતી વ્યક્તિ પોતાનો જમણો હાથ ખિસ્સામાં નાખી એક મોટો સોનેરી સિક્કો બહાર કાઢી તમને આપે છે. તેના પર લખેલું છે કે તમે શું કરી શકો છો.

તે વ્યક્તિ પોતાના હાથ લંબાવે છે અને કહે છે કે, 'આ લો. આ મેડલિયન તમારી પાસે રાખો. તે તમારી શોધમાં તમને મદદ કરશે, પરંતુ યાદ રાખો કે ફક્ત તમે જ જવાબ શોધી શકશો.'

તમે તે સિક્કાને સ્વીકારી, ઉત્સુક્તાવશ જુઓ છો અને તમારી બેગમાં પહેલા સિક્કા સાથે મૂકો છો. જ્યારે તે બંને એકબીજાને સ્પર્શ કરે છે ત્યારે બે મેડલિયનના આંતરછેદ પર એક શબ્દ બને છે જેનાથી તમને લાગે છે કે તમે સાચા માર્ગ પર છો.

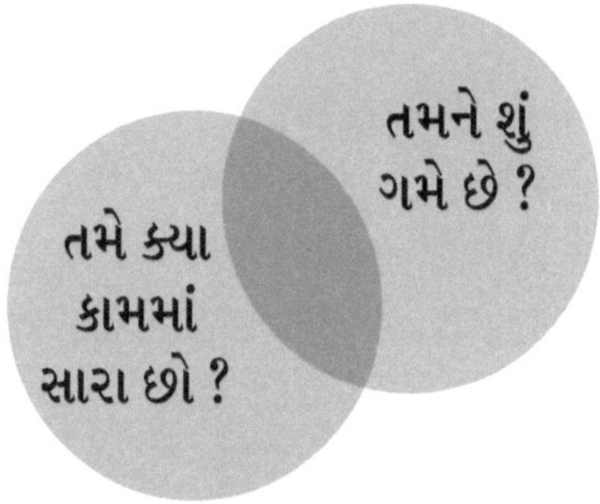

વિદાય કરતા પહેલા તે જાદુગર જેવી દેખાતી વ્યક્તિએ કહ્યું, 'તમે અહીં સુધી આવ્યા છો તેનો અર્થ તમને બે બીજા મેડેલિયન ચોક્કસ મળશે. આગળના પ્રવાસમાં તમને સફળતા મળે અને તેના માટે તમને શક્તિ મળે તેવી હું પ્રાર્થના કરું છું.'

'નામેક' પર રહેવા કરતાં સારું

કલ્પના કરો કે તમે 'નામેક' નામના કોઈ ગ્રહ પર જન્મ્યા છો, જે બ્રહ્માંડમાં દૂર ક્યાંક પરિક્રમા કરે છે. આ ગ્રહ પર પણ આપણા જેવા માનવ વસેલા છે પરંતુ તે કેટલાક આનુવંશિક સંશોધન સાથેના વિશેષ માનવ છે.

તમે જે ક્ષણે નામેક ગ્રહ પર જન્મો છો, તમે ચાલી શકો છો, બોલી શકો છો અને લખી શકો છો. પહેલા દિવસથી જ તમે એ પણ જાણો છો કે તમે ક્યા કાર્યમાં સારા છો અને ત્યાંની સંસ્થા દ્વારા તમને એક એવા કામ પર રાખવામાં આવ્યા છે જ્યાં તમારે તમારા આખા જીવન દરમિયાન તે જ કાર્ય કરવું પડશે અને ત્યાં તમે પોતાની જાતને વિશેષપણે એ જ કાર્યને સમર્પિત કરશો, જે તમે જાણો છો કે કેવી રીતે સારું કરવાનું છે.

તો કલ્પના કરો કે તમે હજુ હમણાં જ જન્મ્યા છો અને તરત જ તમે એક કમ્પ્યુટરની સામે બેસીને ક્વોન્ટમ કમ્પ્યુટર દ્વારા ચલાવવામાં આવતા અનુપ્રયોગોનો પ્રોગ્રામ કરવા માટે બેસો છો. તમે એક ક્વોન્ટમ કમ્પ્યુટિંગ કંપનીમાં કામ કરી રહ્યા છો અને ભવિષ્યના દિવસોમાં પણ તમે આ જ કામ કરશો, કારણ કે આ જ કામ તમે સૌથી સારું કરો છો.

શું તમે નામેક પર જન્મ લેવા ઈચ્છશો ? શું તમે એવું જીવન ઈચ્છો છો જ્યાં તમે તરત જાણતા હો કે તમે કઈ બાબતમાં સારા છો જેથી તમે પોતાના જીવનની દરેક સેકન્ડ તે કાર્યને સમર્પિત કરી શકો.

સામાન્ય રીતે આપણે કાર્યમાં નિપુણતા ન હોવાની ફરિયાદ કરીએ છીએ કારણ કે શીખવાનું આપણને મુશ્કેલ લાગે છે અથવા પછી એટલા માટે પણ કારણ કે આપણે જાણતા જ નથી કે આપણે ક્યું કામ કરવામાં સારા છીએ, પરંતુ આ એક શોધકાર્ય છે જેમાં આપણને નવી-નવી બાબતો જાણવાની તક કે નવા માર્ગો શોધવાની તક મળે છે અને એ જ તમારા જીવનને રોમાંચકારી અને રસપ્રદ બનાવે છે.

જો તમે ક્યારેક નિરાશ થઈને એમ વિચારો છો કે તમે કોઈપણ બાબતમાં સારા નથી તો તમે એકવાર નામેક ગ્રહના એ લોકો વિશે ચોક્કસ વિચારો જેમની નિયતિ તેમના જન્મની સાથે જ નક્કી થઈ ગઈ છે. તેમના જીવનમાં લાગણીઓને કોઈ સ્થાન નથી. તમે તેમાં ભાગ્યશાળી છો.

સ્વયંને ઓળખો અને તમે પ્રગતિ કરશો

આપણે ભાગ્યશાળી છીએ કે આપણે પૃથ્વી પર જન્મ્યા છીએ અને જન્મતાંની સાથે જ બધું જ જાણતા નથી. આ કોઈ ખરાબ બાબત નથી. કારણ કે તમારી પાસે શીખવા માટે હંમેશા કંઈક ને કંઈક નવું હોય છે. પ્રાચીન યુનાની દાર્શનિક સુકરાતે કહ્યું છે કે, 'બુદ્ધિશાળી વ્યક્તિ હંમેશા એમ જ સમજે છે કે તે કશું જ જાણતો નથી.'

તેથી જો તમે સમજો છો કે તમે બધું જ જાણતા નથી તો વિશ્વાસ રાખો કે તમે સારી શરૂઆત કરી છે. પરંતુ તેનો અર્થ એ નથી કે તમે કશું ન સમજવાની ટેવ સાથે સમજૂતી કરી રહ્યા છો.

ઈશુ પૂર્વે છઠ્ઠી શતાબ્દીમાં ગ્રીસના ડેલ્ફીમાં અપોલો મંદિરમાં પ્રવેશ દ્વાર પર નીચેની કહેવત લખી હતીઃ

(gnóthi seautón)

સ્વયંને ઓળખો

૨૫૦૦ વર્ષ કરતાં પણ વધારે સમય વીતી જવા છતાં પણ આ કહેવત આજે પણ એટલી જ પ્રાસંગિક છે જેટલી એ સમયે હતી. કારણ કે આપણે કઈ વાતમાં સારા છીએ એ જાણવા માટે આપણે પોતાની જાતને ઓળખવી પડશે.

હવે કલ્પના કરો કે એક વિચિત્ર પત્રકાર તમારી મુલાકાત લેવા માટે આવે છે. તે વિચિત્ર એટલા માટે છે કારણ કે તે તમને પૂછે છે, 'તમે કોણ છો ?' પણ ચેતવણી આપે છે કે ઉત્તર આપવા માટે તમે પોતાના નામનો ઉપયોગ કરી શકતા નથી, એ સ્થાનનો ઉલ્લેખ કરી શકતા નથી જ્યાં તમે રહો છો કે પેદા થયા હતા, એટલું જ નહીં તમારું કામ શું છે અથવા તમે શું વાંચો છો એ પણ તમે કહી શકતા નથી.

વિચારો, તમે એ પ્રશ્નનો ઉત્તર કેવી રીતે આપશો કે, 'તમે કોણ છો ?'

આપણે કોણ છીએ, એ શબ્દોમાં સમજાવવું સહેલું નથી કારણ કે પોતાની જાતને જાણવી એટલું સહેલું નથી.

પ્રતિક્રિયાનો જાદુ

આમ તો પોતાને જાણવું એ ઘણું મુશ્કેલ કામ છે, પરંતુ તેમ છતાં તમે પોતાના વિશે વધારે જાણવા માટે એક સુપરહીરોની જેમ બહાદુર થઈને બીજાને પૂછી શકો છો કે તે તમારા વિશે શું વિચારે છે. પરંતુ આ માત્ર તમે તમારા મિત્રો અને પરિવારના સભ્યોને જ ના પૂછશો પરંતુ એવા લોકોને પણ પૂછો જે તમને માત્ર થોડા ઘણા જાણે છે, જેથી તમને અન્ય દૃષ્ટિકોણ પણ મળી શકે.

જો તમે આવું કરો છો, તો તમારે બધા પ્રકારના વિચારોનો સ્વીકાર કરવા માટે તૈયાર રહેવું જોઈએ, ભલે તે સકારાત્મક હોય કે પછી નકારાત્મક. આ માહિતી, જેને ફીડબેક કહેવામાં આવે છે, તમારા માટે ઘણી ઉપયોગી થશે, ખાસ કરીને જો તમે કેટલાક વિશેષ કામ વિશે પૂછતા હો, જે તમે હંમેશા કરો છો.

ઉદાહરણ તરીકે, જો તમે કમ્પ્યુટર પર કોઈ ધૂન બનાવી રહ્યા છો તો તેને બીજાને સંભળાવવામાં જરાય સંકોચ ન રાખશો. હિંમત કરીને પૂછો કેઃ

- તમને આ ગીતમાં સૌથી વધારે સારું શું લાગ્યું ?

- તમને આમાં સૌથી ખરાબ શું લાગ્યું ?
- તમે આને સુધારવા માટે કેવા ફેરફાર ઈચ્છશો ?

તમે બધા લોકોનો મત ધ્યાનથી સાંભળો તથા તમારા વિશે મત પ્રદર્શિત કરવાનો સમય ફાળવવા માટે તેમનો આભાર માનો. હવે તમે એ મત પર વિશેષ ધ્યાન આપો જેનાથી તમે અજાણ છો. તે જ સલાહ તમારા માટે વિશેષ ઉપયોગી નીવડશે.

પાછળના પ્રકરણમાં તમે વાંચ્યું કે તમને શું ગમે છે તે કેવી રીતે શોધવું. પરંતુ તેનો અર્થ એ નથી કે તમે પોતાને ગમતા કામ કરવામાં પારંગત છો. દુનિયા એવા ઘણા લોકોથી ભરેલી પડી છે જે પોતાને મનગમતા કામ કરવામાં બિલકુલ પારંગત નથી.

ઉદાહરણ તરીકે:

- એવા ગાયક જે બાથરૂમમાં નહાતી વખતે ગાવામાં પોતાનું શ્રેષ્ઠ આપે છે પરંતુ તેમને કોઈ સ્ટેજ પર સાંભળવા નહીં ઈચ્છે.
- એવા દોડવીર જે ક્યારેય કોઈ વ્યવસાયિક સ્પર્ધામાં ભાગ ન લઈ શક્યા.
- એવા નવલકથાકાર જેમની પાસે સારા લેખન કરતાં વધારે માત્ર ઉત્સાહ છે.
- એવા ઉદ્યમી જેમની પાસે એવી યોજનાઓ છે જે ક્યારેય પૈસા નહીં કમાઈ શકે.

બની શકે કે તમે કશું કામ કરવાનું એટલા માટે પસંદ કરો છે કે તે તમને શાંતિ આપે છે અથવા પછી તમને તે કરવામાં મજા આવે છે પરંતુ એ જરૂરી નથી કે તમે તે કરવામાં પારંગત હો. વાસ્તવમાં જે કામ તમે પસંદ કરો છો તે શોધવું, તેમાં પારંગત હોવાની સરખામણીએ ખૂબ સહેલું હોય છે.

સારી વાત એ છે કે દરેક વ્યક્તિ કોઈ ને કોઈ બાબતમાં સારી હોય છે, પરંતુ જેમ કે ઓરેકલના મઠના ગુરુ કહે છે, ‘એ દરેક વ્યક્તિ પર નિર્ભર કરે છે કે તે પોતાને કઈ રીતે જુએ છે. બીજાની પ્રતિક્રિયા ખૂબ ઉપયોગી હોય છે, પરંતુ પોતાને જાણવા માટે અંતે તો પોતે અરીસામાં જ પોતાનો ચહેરો જોવો પડે છે.’

બની શકે કે તમારામાં બાસ્કેટ બોલના ખેલાડી બનવાને લાયક શારીરિક યોગ્યતા ન હોય પરંતુ તમારો એ રમત પ્રત્યે પ્રેમ અને જાણકારી એટલી વધારે

હોય કે તમે આ રમતના એક ઉત્કૃષ્ટ કોચ બની શકો.

વાસ્તવમાં જ્યારે તમારી પસંદ અને તમે કઈ વાતમાં સર્વોત્તમ છો એ એકબીજા સાથે મેળ ખાતા હોય તો તમારો શોખ ઝનૂનમાં બદલાઈ જાય છે. આપણે જાણીએ છીએ કે આપણા હાથમાં એક ખરબચડો હીરો છે જેને પૉલિશ કરવાથી તે ચમકી જશે.

પોતાની જાતને સારી રીતે ઓળખવી એ સૌથી મોટી ઉપલબ્ધિ છે. જેટલા વધારે તમે પોતાની જાતને ઓળખશો એટલા તમારા માટે નવા-નવા માર્ગ ખૂલતા જશે. તમે સમાજમાં શ્રેષ્ઠ પ્રદાન કરી શકો છો, સારી કેરિયર બનાવી શકો છો અને જીવન સારી રીતે જીવી શકો છો.

પરંતુ કોઈપણ કામ ઉતાવળે ના કરો, પોતાની જાતને જાણવાના રોમાંચનો આનંદ લો અને વિચારો કે નામેક નામના ગ્રહના લોકોની સરખામણીએ તમે કેટલા ભાગ્યશાળી છો ?

૩.

તમને ક્યા કામ માટે ચૂકવણી થઈ શકે એમ છે ?

'ઘણા લોકો પોતાના પૈસાની ત્યાં સુધી પરવા નથી કરતા જ્યાં સુધી તે ખલાસ નથી થઈ જતા, જ્યારે કેટલાક લોકો સમયની સાથે આવું કરે છે.'
-જોહાન વોલ્ફગેંગ વૉન ગોએથ (જર્મન લેખક અને રાજનેતા)

મઠનો પોતાના પ્રવાસ પૂર્ણ કરી તમે જંગલમાંથી પોતાના બાઈક પરથી પસાર થાઓ છો. આ દરમિયાન ઘાટીઓ અને ઘાસના મેદાનોમાંથી પસાર થતાં જંગલમાં રહસ્યમયી પક્ષીઓના ગીતોની મજા માણો છો.

તમે એક એવા પ્રદેશમાં પહોંચ્યા જ્યાં દૂર-દૂર સુધી તમને કોઈ જ માણસ દેખાતો નથી. દેખાય છે તો માત્ર પર્વતો, વાદળો અને વૃક્ષો.

હરિયાળા ઘાસના મેદાન ઓળંગ્યા પછી તમને આખરે એક વસ્તી દેખાય છે.

નારંગી રંગના છતવાળા બધા ઘર ખૂબ જ સુંદર દેખાતા હતા. તે બધા નાના અને અકલ્પનીય હતા. માત્ર એક મોટી હવેલીને બાદ કરતા, જે બાકીના મકાનો કરતાં અલગ છે અને વચ્ચે એક મિનાર હોવાને કારણે કિલ્લા જેવી દેખાતી હતી.

તમે અંદાજ લગાવો છો કે ઊંચી દીવાલોથી સુરક્ષિત આ મિનાર બગીચાથી ઘેરાયેલો હશે. પ્રવાસથી થાકેલા તમને આરામ કરવાનું મન થાય છે અને તમે એ જાણવા પણ ઉત્સુક હો છો કે ત્યાં કોઈ રહે છે કે નહીં, કે પછી આટલા મોટા મહેલમાં કોઈ વધારાનો ઓરડો હોય તો તમે ત્યાં રાત વીતાવી શકો.

તમારા ઘંટડી વગાડવાની સાથે જ બગીચાનો દરવાજો આપોઆપ ખૂલી

જાય છે જેને તમે સારો સંકેત માનો છો. બગીચો ઓળંગીને તમે એક સોનેરી વાડવાળા દરવાજાની પાછળથી ઘરના પ્રવેશ દ્વાર સુધી પહોંચો છો, દરવાજાની બાજુમાં ઘણી બધી વૈભવી ગાડીઓ ઊભી છે જે બપોરના સૂર્યપ્રકાશમાં ચમકી રહી છે.

ટક્સિડો (બપોરના ભોજન સમયે પહેરવામાં આવતો પોશાક) પહેરેલી એક વ્યક્તિ સ્મિત સાથે તમારું અભિવાદન કરવા આવે છે અને કહે છે –

'મારી હવેલીમાં આપનું સ્વાગત છે. પ્રિય પ્રવાસી, શું તમે અંદર આવવા ઈચ્છશો ?'

તે તમને એક વિશાળ બેઠકખંડમાં લઈ જાય છે, જ્યાં તમારા પગલાંનો અવાજ સંગેમરમરની દીવાલો સાથે અથડાઈને ગૂંજી ઉઠે છે. ઘરનો માલિક તમને બગીચા તરફ જોઈ શકાય તેવી બારીની બાજુમાં એક સોફા પર બેસવા માટે આમંત્રિત કરે છે અને એક ગ્લાસ આઈસ્ડ ટી આપ્યા પછી તમને પૂછે છે –

'તમારા અહીં આવવાનો ઉદ્દેશ શું છે ?'

'હું મારા જીવનના ઉદ્દેશની શોધમાં અહીં આવ્યો છું.'

'સારું.' એક ઉદાસ અને ઊંડું હાસ્ય ચહેરા પર લાવી તેમણે કહ્યું, 'તમને તમારો ઉદ્દેશ અહીં નહીં મળે, મને લાગે છે કે તમારે પોતાનો ઉદ્દેશ શોધવાને બદલે તેને બનાવવાનો પ્રયત્ન કરવો જોઈએ.'

'બનાવવો જોઈએ, પણ કેવી રીતે ?' તમે ફરીથી પૂછ્યું.

કોઈ જૂની અને અપ્રિય ઘટનાને યાદ કરતા તે ભૂતકાળમાં ખોવાઈ ગયા અને કહ્યું કે, 'જીવનમાં પોતાનો ઉદ્દેશ શોધવો એ સહેલું નથી. મેં પણ પ્રયત્ન કર્યો પરંતુ નિષ્ફળ રહ્યો. હું આમાંથી માત્ર એક પદક પ્રાપ્ત કરવામાં સફળ રહ્યો.'

તમે પૂછ્યું, 'ક્યું પદક ?'

સ્પષ્ટીકરણ આપતાં પહેલાં તેમણે ફરી એકવાર ચા આપી, પછી તે અંદર જઈ એક ડબ્બો લઈ આવ્યા અને કૉફી ટેબલ પર તેને તમારી સામે જ ખોલ્યો જેમાં તમારા મેડેલિયન જેવું જ એક સોનેરી પદક નીકળ્યું, જેના પર લખેલું હતું 'તમને ક્યા કામનો બદલો મળી શકે છે.'

પોતાની ભૂખરી દાઢીવાળી હડપચી પર હાથ ફેરવતાં તેણે કહ્યું, 'મને આ

કેવી રીતે મળ્યો, તે હું તમને કહું. જ્યારે હું ચૌદ વર્ષનો થયો ત્યારે મેં સ્ટોક એક્ષચેન્જમાં રોકાણ વિશે પુસ્તકો વાંચવાનું શરૂ કર્યું. મારા માતા-પિતા પાસેથી જ ઋણ લઈને, મેં શૅર ખરીદવાનું અને વેચવાનું શરૂ કર્યું. દસ વર્ષ પછી, મને પૂરતા પૈસા મળી ગયા, એટલે મારે નોકરી શોધવાની ચિંતા કરવાની જરૂર નહોતી. હું ઘરેથી કામ કરી શકતો હતો, મારા કમ્પ્યુટર સ્ક્રીનથી શૅર ખરીદી અને વેચી શકતો હતો અને મારે બહાર જવાની જરૂર પડતી નહોતી. મારા બેંક ખાતામાં વધારે ને વધારે પૈસા જમા થતા જતા હતા, જેમાંથી મેં ઘણા ઘર ખરીદ્યા. તેમાંથી દરેક ઘર પહેલા ઘર કરતાં મોટું હતું અને મેં ઘણી બધી ગાડીઓ પણ ખરીદી. હું તે પૈસા કમાઈ રહ્યો હતો, જેનું મેં સ્વપ્ન જોયું હતું.'

'તો પછી તમે દુઃખી કેમ છો ? તમારે તો ખુશ હોવું જોઈએ.' તમે કહ્યું.

તેમણે કહ્યું, 'મેં સાચા પ્રેમની શોધમાં ઘણા લગ્ન કર્યા અને ઘણી વાર છૂટાછેડા પણ લીધા. સાથે જ હું વધારે ને વધારે પૈસા કમાતો ગયો. સમયની સાથે મને સમજાયું કે મેં મારા જીવનમાં જરાય આનંદ મેળવ્યો નથી. હવે હું આ હવેલીમાં પૂરાઈ રહું છું. મારી પાસે બેંકમાં ઘણા બધા પૈસા છે પણ તે વાપરનારું, વહેંચનારું કોઈ નથી.' તે એક ઊંડો નિઃશ્વાસ મૂકે છે અને પછી કહે છે, 'તે ભૂલ ના કરશો, જે મેં કરી હતી. ધનનું પદક મળવું મહત્ત્વનું છે, પરંતુ બાકીના ત્રણ પદક મેળવવા પણ આવશ્યક છે. તો જ આ પદકનો ફાયદો થશે.'

જ્યારે તે કરોડપતિ વ્યક્તિ તમને પોતાના જીવનની પસ્તાવા અને કડવાશભરી કથા સંભળાવતો હોય છે, તેમના નોકર તમને સ્વાદિષ્ટ ભોજન પીરસતા હોય છે. તેમણે તમને પોતે કરેલી ભૂલો વિશે પણ જણાવ્યું. તે કહે છે, 'જો સમય પાછળના કાળમાં જઈ શકતો હોત તો હું પાછળના કાળમાં જઈ સૌથી પહેલા એ ભૂલોને સુધારતો.'

સ્નાન કર્યા પછી તમે હવેલીના એક ઓરડામાં રાત વીતાવી, બીજા દિવસે પોતાનો પ્રવાસ ચાલુ રાખવા માટે તૈયાર થઈ જાઓ છો.

તે જ સમયે તે ઉદાસ કરોડપતિ એક ખુલ્લો ડબ્બો લઈને તમને મળવા માટે આવે છે અને કહે છે કે, 'હું તમને મારું આ ધનનું મેડેલિયન (પદક) આપું છું.' સવારના પ્રકાશમાં ચમકતો મોટો સોનેરી સિક્કો દેખાડતા કહે છે, 'આ પદક તમને તમારી નોકરીમાંથી આજીવિકા કમાવવામાં મદદ કરશે, પણ જો તમારે જીવનમાં વાસ્તવિક આનંદ પ્રાપ્ત કરવો હોય તો બાકીના ત્રણ પદક પ્રાપ્ત કરવા પડશે.'

તેમનો આભાર માની તમે બાઈક તરફ જતા પહેલાં તે પદક પોતાની બેગમાં પહેલા બે પદકની સાથે મૂકી દો છો. અને વિચારો છો કે તમે ક્યા કામમાં સારા છો અને તમને ક્યા કામ માટે ચૂકવણી થઈ શકે છે ? જ્યારે આ બંને એક સાથે આવે છે ત્યારે એક નવો શબ્દ બને છે.

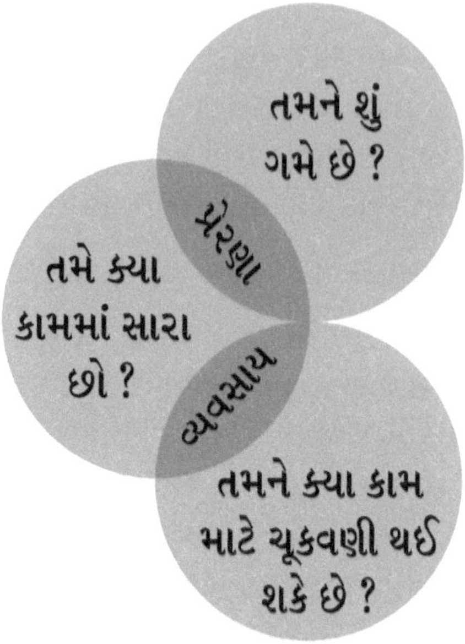

પોતાની પ્રેરણા (પૅશન) થી આજીવિકા મેળવવી

જો તમે સ્કેટબોર્ડિંગ રમત વિશે જાણતા હશો તો તમે ટોની હૉક વિશે ચોક્કસ જાણતા હશો. જો ન પણ જાણતા હો તો પણ તેમની વાત ઘણી જ રસપ્રદ છે.

બાળપણમાં ટોની એટલો આંતરિક ઉર્જા કે ઉત્સાહથી ભરપૂર હતો કે તે શાળામાં કોઈ ને કોઈ હરકત કરી મુશ્કેલીમાં મૂકાઈ જતો. શાળાના શિક્ષકોએ આ વાત તેના માતા-પિતાના ધ્યાનમાં મૂકી.

તેના માતા-પિતાએ તેનો એક સાઈકોલોજિકલ ટેસ્ટ કરાવ્યો, જેમાં તેને એક અતિ ઉત્સાહી બાળક ઠરાવવામાં આવ્યો.

તેના અતિ ઉત્સાહી સ્વભાવને શાંત કરવા તેના માતા-પિતાએ ઘણા ઉપચાર કરાવ્યા. પરંતુ કશો જ ફાયદો થયો નહીં, આખરે એક દિવસ મોટા ભાઈએ તેને સ્કેટબોર્ડ લાવી આપ્યું.

માત્ર આઠ જ વર્ષની ઉંમરમાં ટોનીએ સ્કેટબોર્ડ પર રોજે કલાકો સુધી અભ્યાસ કરવાનો શરૂ કરી દીધો અને તેની અતિ સક્રિયતાની સમસ્યા સ્કેટની પ્રેક્ટિસના રૂપમાં બદલાવાથી ઉકેલાઈ ગઈ.

બાર વર્ષની ઉંમરે તે સ્કેટબોર્ડની સ્પર્ધામાં ભાગ લેવા લાયક બની ગયો. ચૌદ વર્ષની ઉંમરે તેણે પુરસ્કાર જીતવાનું શરૂ કરી દીધું અને પંદર વર્ષની ઉંમર સુધીમાં તો તે પોતાના માતા-પિતા કે શિક્ષકોની સરખામણીએ વધારે પૈસા કમાતો હતો.

સત્તર વર્ષની ઉંમરે ટોનીએ પોતાનું પહેલું ઘર એ પૈસાથી ખરીદ્યું જે પૈસા તે પોતાના સ્કેટબોર્ડનો ઉપયોગ કરી કમાયો હતો.

તેણે મોટા-મોટા રેકોર્ડ્સ બનાવ્યા. ૧૯૯૯માં તેણે તેના નામની પહેલી વીડિયો ગેમ બજારમાં મૂકી, 'ટોની હૉક પ્રો સ્કેટર.'

ટોનીની ઉંમર આજે પચાસ વર્ષથી વધારે છે અને તેણે પોતાનું જીવન યાપન પોતાની પ્રેરણા દ્વારા કર્યું. તેણે પોતાના ઝનૂનને જ પોતાનું પ્રોફેશન બનાવ્યું. તે સારો ખેલાડી હોવાની સાથે સ્માર્ટ પણ હતો. તેણે પોતાની ગેમની વીડિયો ગેમ બનાવી, ડોક્યુમેન્ટરીઝ બનાવી અને સ્કેટબોર્ડ બ્રાંડ અને સ્પોર્ટના કપડાં પણ બજારમાં મૂક્યા.

હવે તે આંશિક રીતે નિવૃત્ત છે, તે સ્કેટબોર્ડનો આભાર માને છે જેના કારણે તેણે વ્યવસાય દ્વારા ધન એકઠું કર્યું. તે પોતાના પૈસાની સંભાળ પોતે કરે છે અને જાણે છે કે સારું જીવન જીવવા માટે આ કરવું કેટલું મહત્ત્વનું છે.

આ એ લોકો માટે છે જે જાણે છે કે તેમને કઈ બાબત સાથે પ્રેમ છે. તે કઈ બાબતમાં સારા છે અને તેના દ્વારા કેવી રીતે પૈસા કમાવી શકાય. આ સ્કેટબોર્ડ જીનિયસ તમને આ પ્રમાણે સલાહ આપે છે:

૧. નાની ઉંમરમાં કરેલા રોકાણ અને બચતનું ફળ પછીથી મળે છે.

૨. ભલે તમે ઘણા બધા પૈસા કમાવી લીધા હોય પરંતુ તમારે અતિ આત્મવિશ્વાસુ ન હોવું જોઈએ. પૈસા કમાવવાની વિવિધ રીતો વિશે વિચારતા રહેવું જોઈએ.

૩. યાદ રાખો કે તમારી પાસે મૂકેલા પૈસા બીજાની મદદ કરવા માટે પણ છે (આ વિશે પછીના પ્રકરણ વિશે ચર્ચા કરવામાં આવશે).

નાણાં કમાવવાના ઉપાય વિશે વિચાર

ભલે તમે ઉંમરમાં નાના હો પરંતુ પૈસા સાથેનો તમારો સંબંધ તમારા જીવનને પ્રભાવિત કરે છે. તેથી ટોની હૉક જેવી પ્રતિભાઓના ઉદાહરણ દ્વારા અહીં તમારા માટે કેટલાક સૂચન આપવામાં આવ્યા છે કે તમે પોતાના પૈસાનું પ્રબંધન કેવી રીતે કરી શકો:

- ઝડપથી બચત કરવાનું શરૂ કરો. ત્યાં સુધી કે જો તમે ટોની હૉકની જેમ ઘર ન ખરીદી શકો તો પણ તમે દરેક અઠવાડિયે થોડી ઘણી બચત કરી શકો છો, તેનાથી વર્ષના અંતમાં તમારી પાસે બેંકમાં સારી રકમ જમા થઈ જશે.

- શરૂઆતના કાળમાં એક યુટ્યૂબ ચેનલ શરૂ કરો અથવા પછી બ્લોગ લખવાનું શરૂ કરો. કોઈ મોટી કે જાણીતી વ્યક્તિને વિજ્ઞાપનમાં સક્રિય કરવામાં મદદ કરવા માટે કહો. શરૂઆતમાં કેટલાક મહિનામાં તમે થોડા પૈસાથી થોડું વધારે કમાશો પરંતુ જો તમે પોતાનો એક દર્શક વર્ગ બનાવવાનું શરૂ કરો છો તો તમારી કમાણી હજુ વધારે થશે. પછી જ્યારે તમે હજુ મોટા થઈ જાઓ છો, તો તમને પ્રાયોજિત કરવા માટે બ્રાંડની શોધ કરવા કે અન્ય ચેનલોની સાથે કામ કરવા વિશે વિચારવું જોઈએ.

- એ લોકો માટે કે એ કંપનીઓ માટે મફતમાં કામ કરવાનો પ્રયત્ન કરો જેની તમે પ્રશંસા કરો છો અથવા જેનાથી તમે પ્રભાવિત છો. આ તમને એક રીતે વિરોધાભાસ જેવું લાગી શકે કે જ્યારે આપણે પૈસા કમાવવાની વાત કરી રહ્યા છીએ તો પૈસા વગર કામ શા માટે ? પરંતુ વિશ્વના ઘણા મહાન વ્યવસાયિકોએ અનુભવ માટે કે ઈંટર્નશિપ માટે અવેતનિક વિદ્યાર્થી તરીકે શરૂઆત કરી. આનાથી તેમને હુનર શીખવાનો અનુભવ પ્રાપ્ત થયો અને તેમને એ ઉદ્યોગ સાથે જોડવામાં આવ્યા, જેમાં તેમની રુચિ હતી. એટલે કે જેમ-જેમ તમારું જ્ઞાન વધશે, તમે અનુભવના આધારે વધારે પૈસા માંગી શકશો.

- જ્યારે તમે આ પ્રકારે કામની શરૂઆત કરો છો તો તેમાં પદક ઉમેરાતા જાય છે અર્થાત જ્યારે તમે કોઈ કામમાં સારા હો છો, તો તે કામ તમારો વ્યવસાય બની જાય છે, તમે તેના દ્વારા પૈસા કમાવવાનું શરૂ કરી દો છો.

પરંતુ શું તમારી ઈકિગાઈની શોધ તેના પૂરા થવાની સાથે જ સમાપ્ત થઈ જાય છે ? જેમ કે તમને તમારું મનગમતું કામ મળી જાય, તમે તેને ખૂબ સારી

રીતે કરો અને તેને પૈસા કમાવવાનું માધ્યમ બનાવો, જે તમને નિવૃત્ત થયા પછી કામ લાગશે. શું આ જ તમારા જીવનનો ઉદ્દેશ છે ?

ચોક્કસપણે નહીં. આનાથી પણ કંઈક અલગ, આગળ તમારી રાહી જોઈ રહ્યું છે, એ જાણવા માટે આગળ વાંચો. પછીના ભાગમાં આપણે એ સમજવાનું છે કે તેની સાથે આપણે બીજું શું કરવાની જરૂર છે.

૪.

વિશ્વને શેની જરૂર છે ?

'મારે બે હાથ છે – એક મારા માટે, બીજો લોકો માટે.'
-મિલી બોબી બ્રાઉન, અભિનેત્રી અને નિર્માતા

તમે સમુદ્રકિનારે વસેલા એક નાના શહેરમાં આવ્યા છો અને સમુદ્રકિનારે એક બાંકડા પર બેઠા છો. બપોરનો સમય છે અને લોકો કામ પછી ટહેલવા માટે આવી રહ્યા છે. તેમને આગળ-પાછળ ચાલતા જોઈ તમને આશ્ચર્ય થાય છે કે તેમાંથી પ્રત્યેક વ્યક્તિ જીવનયાપન કે આજીવિકા માટે શું કરે છે.

તમે પોતાના ભવિષ્ય માટે ચિંતિત છો. તમારું ભવિષ્યમાં શું થશે ? અને ક્યા પ્રકારનું જીવન તમે પોતાના માટે ઈચ્છો છો ?

અચાનક સામાન્ય કપડાં પહેરેલી એક વ્યક્તિ લોકોની વચ્ચેથી તમારી પાસે આવે છે, તેણે એક ટોપી અને એક ચામડાનું જાકિટ પહેરી રાખ્યું છે, તે એક સાહસિક જેવો દેખાય છે. તે તમારી તરફ એક પરિચિત હાસ્ય સાથે એ રીતે જુએ છે, જાણે તમે તેના બાળપણના મિત્ર હો.

તમે બીજી તરફ જુઓ છો તેમ છતાં તે તમને કહે છે, 'હું જાણું છું કે તું શું શોધી રહ્યો છે.'

પછી તે વ્યક્તિ તમારી પરવાનગી લઈને તમારી પાસે બાંકડા પર બેસે છે. તમે ઉત્સુક હો છો કે તે વ્યક્તિ તમને શું કહેવા ઈચ્છે છે.

પોતાની દૃષ્ટિ સમુદ્ર તરફ સ્થિર કરી તે વ્યક્તિ કહેવાનું શરૂ કરે છેઃ

'હું મારી ઈકિગાઈની શોધમાં ઘણા વર્ષો સુધી ફરતો રહ્યો, પણ મને ખબર જ ન પડી કે તે મારી બિલકુલ નજીક છે.'

'તમે ઘણા વર્ષ પ્રવાસ કર્યો ? એનો અર્થ તમે ઘણા દેશ જોયા હશે.' તમે કહ્યું.

તે વ્યક્તિએ પોતાની ટોપી સરખી કરતાં ઉદાસીભર્યા હાવભાવ સાથે કહ્યું, 'મેં સો કરતાં વધારે દેશોનો પ્રવાસ કર્યો અને માનવ દ્વારા નિર્મિત આશ્ચર્યો પણ જોયા અને આપત્તિઓ પણ. મેં અમીરી પણ જોઈ અને ગરીબી પણ, મેં ઉદારતા અને આનંદ જોયો, તો આતંક, બીમારી અને લાલચ પણ જોઈ. મારે પોતાની જાતને શોધવા માટે આ બધું કરવું પડ્યું.....'

સમુદ્રી હવામાં શ્વાસ લેવા માટે તે જરા થોભ્યો અને પછી કહ્યું : 'ખૂબ નાની ઉંમરે હું જાપાનીઝ ભાષા શીખ્યો કારણ કે એ દેશની સંસ્કૃતિએ મને આકર્ષિત કર્યો હતો. જો કે થોડા સમય પહેલા સુધી તો મેં આ દેશ જોયો પણ નહોતો. મારા પ્રવાસ દરમિયાન હું અકિતાના એક મંદિરમાં ઘણા દિવસો સુધી રહ્યો. એક રાત્રે, ખૂબ તીવ્ર હવા લાકડાના દરવાજાઓને અથડાવાથી થતા અવાજને કારણે મને ઊંઘ ન આવી. જાગીને હું મંદિરના મુખ્ય હોલમાં ગયો. ત્યાં તેલના દીવાના પ્રકાશમાં તાતમી ચટાઈ પર એક સાધુ બેઠા હતા. તે પણ ઊંઘતા નહોતા એટલે તેમણે મને એક વાર્તા સંભળાવી, જે સાંભળ્યા પછી મારી જિંદગી હંમેશા માટે બદલાઈ ગઈ.'

ઉત્સુક્તાવશ તમે પૂછ્યું, 'તે વાર્તા કઈ હતી ?'

તેમણે મને કહ્યું કે ઘણા સમય પહેલા મિજૂ નામના તેમના પૂર્વજ આ જ મંદિરમાં રહેતા હતા. જ્યારે તે કિશોર વયના હતા ત્યારે તાલીમ મેળવવા ત્યાં રહેતા હતા જેથી તેમનો એક ભિક્ષુ તરીક સ્વીકાર થઈ શકે. તેમની સાથે બીજા નવ શિષ્યો રહેતા હતા. વર્ષો સુધી એકસાથે રહેવાના કારણે બધા એક કુંટુબની ભાવનાથી સાથે રહેતા હતા. તેમને જે પરીક્ષાઓમાં પસાર થવું પડ્યું, તેમાંથી એક પરીક્ષામાં બળતણના લાકડા લેવા માટે માઉન્ટ ફૂજીના શિખર પર તેમણે ચઢવાનું હતું.

તમે જાપાનના સૌથી ઊંચા પર્વત શિખરની કલ્પના કરો જેનું શિખર હંમેશા બરફથી છવાયેલું રહે છે. ૧૨, ૩૮૯ ફૂટ (૩,૭૭૬ મીટર) ઊંચા પર્વત પર પોતાની પીઠ પર બેગ લઈને ચઢવું એક આકરી પરીક્ષા છે. સગડીનો બધો સામાન ઉપર લઈ જવો પડે ત્યારે જ તમે ત્યાં ઉપર પહોંચી સગડી સળગાવી શકો.

મિજૂ ઊંચા અને સુડોળ શારીરિક બાંધો ધરાવતો હતો એટલે તે ઝડપથી શીખી ગયો. જ્યારે પરીક્ષાનો દિવસ આવ્યો ત્યારે શિયાળામાં પહાડના ઢોળાવો પર એક મીટર ઊંચાઈ જેટલો બરફ છવાયેલો હતો. તેમાં મિજૂએ પોતાના ભાગના બળતણના લાકડા ખભા પર ઉપાડ્યા અને તરત જ પોતાના નવ સાથીઓને પાછળ છોડી સૌથી આગળ નીકળી ગયો. લગભગ બપોરના સમયે તે સૌથી પહેલા શિખર પર પહોંચી ગયો. તેને ખૂબ જ આનંદ થયો કે તે એ પરીક્ષામાં વિજેતા બન્યો હતો. તેના શરીરનો બધો જ થાક દૂર થઈ ગયો પરંતુ તેમના ગુરુ તેના પહેલા જ ત્યાં પહોંચી ગયા હતા અને ક્રોધિત થઈ તેના તરફ જોઈ રહ્યા હતા.

'તે નારાજ કેમ હતા ? જ્યારે તે તો બળતણના લાકડા શિખર સુધી લઈ ગયો હતો.' તમે પૂછ્યું.

તેમણે નારાજગીનું કારણ જણાવી સમજાવ્યું. તેમણે કહ્યું કે, 'તું તારા સાથીઓને પાછળ મૂકીને આવ્યો છે, પાછો જા. તેમને શોધ અને અહીં લઈ આવ.' આ સાંભળી મિજૂએ કહ્યું, 'મેં તો જીત મેળવી લીધી છે અને તમે મને ઈનામ આપવાને બદલે ફરીથી નીચે જવાની સજા ફરમાવી રહ્યા છો. આ યોગ્ય નથી.'

તેમના ગુરુએ એક પગલું આગળ માંડી, એક હાથે પોતાની આંખોને બરફના તોફાનથી બચાવવા માટે ઢાંકી દીધી અને બીજા હાથથી નીચે બીજા શિષ્યો તરફ ઈશારો કરતાં કહ્યું, 'જેમને હજુ અડધો પહાડ ચઢવાનો બાકી છે, તું કશું જ નથી જીત્યો, મિજૂ. કદાચ તું તારી અયોગ્યતાને કારણે બધું જ ગુમાવી બેસવાનો હતો. નીચે તારા મિત્રોને જો, જો રાત થઈ જશે અને તે અહીં સુધી પહોંચી નહીં શકે તો તેમનું મૃત્યુ પણ થઈ શકે છે.'

'વાહ ! શું તેમણે પોતાના મિત્રોને મદદ કરી ?' તમે પૂછ્યું.

મિજૂ નીચે ગયો અને તેના મિત્રોને બળતણના લાકડા સાથે ઉપર લઈ આવ્યો, જે તેમણે ઉપર જમા કરાવવાના હતા.

તે ઘણો જ ખુશ થયો. જ્યારે તે બધાને સફળતાપૂર્વક ફૂજીના શિખર સુધી પહોંચાડવામાં સફળ રહ્યો, તેણે પોતાની ડાયરીમાં લખ્યું, 'હું એકલો જ ઉપર પહોંચ્યો હતો. તેના કરતાં ઘણો વધારે આનંદ મને બધાને ઉપર પહોંચાડવામાં આવ્યો અને પહેલી વાર મેં પોતાની જાતને વિજેતા અનુભવી.'

વાર્તા સંભળાવતા તે વ્યક્તિ ભાવુક થઈ જાય છે. તમે વાર્તા કહી સંભળાવવા બદલ તેનો આભાર માનો છો. પછી તે તમને કહે છે, 'તમે તમારી શોધ ચાલુ રાખવા માટે નીકળો તે પહેલા હું તમને તે મેડેલિયન (પદક) આપવા ઈચ્છું છું, જે મંદિરના સાધુએ મને મિજૂની વાર્તા સંભળાવીને આપ્યો હતો.'

તમે ભાવુક થઈને તે છેલ્લો પદક પોતાની પાસે રાખો છો. જે ચોથા પદકની તમને જરૂર હતી તે મળતાં જ તમે ખૂબ ખુશ થઈ જાઓ છો. એ પદક પર લખેલું હોય છે, 'વિશ્વને શું જોઈએ છે.'

'હંમેશા યાદ રાખો, પોતાની સફળતાઓમાં બીજાનો ખ્યાલ અવશ્ય રાખો. વહેંચેલી સફળતાનો સ્વાદ બમણો હોય છે. વિશ્વને તમારી મદદની જરૂર છે, ભલે તે ગમે તેટલી નાનકડી કેમ ન હોય. તમે જે કંઈપણ કરો છો, તે તમારા અને બીજાના જીવનને જોડી દેશે.'

તે વ્યક્તિને કૃતજ્ઞતાપૂર્વક ભેટ્યા પછી, તમે દોડીને નજીકની પોસ્ટઓફિસમાં જાઓ છો. કારણ કે તમે તમારા માતા-પિતા અને મિત્રોને પોસ્ટકાર્ડ મોકલવા ઈચ્છો છો.

હારમાં ઊભા રહી રાહ જોતી વખતે તમે ચારેય પદક પોતાની બેગમાંથી કાઢીને જુઓ છો. અને તમને દેખાય છે કે છેલ્લા બે પદક જોડાવાથી એક નવો શબ્દ મળી ગયો છે.

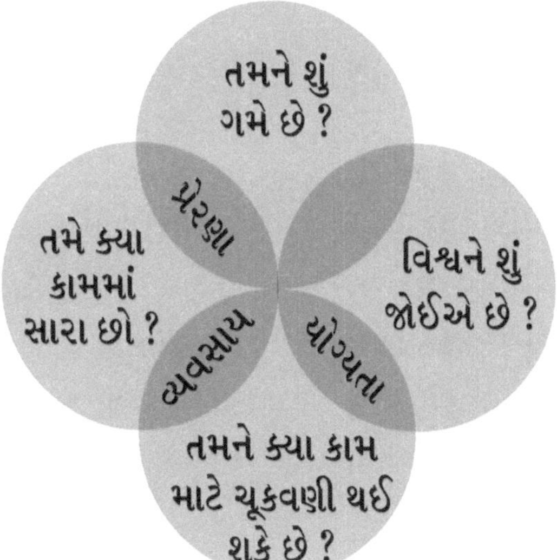

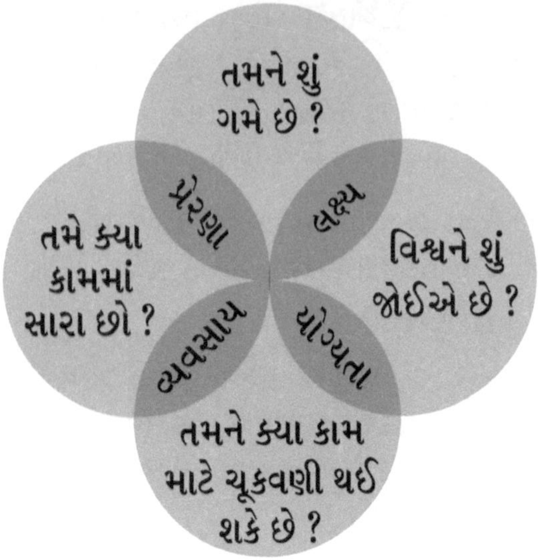

એ જ રીતે પહેલા પદકને ચોથા પદક સાથે મેળવવાથી પણ એક શબ્દ બને છે.

અને આ જાદુ અહીં પૂરો થતો નથી કારણ કે તમને સમજાઈ જાય છે કે ચારેય પદક મળીને એક ફૂલ બનાવે છે. અને ફૂલની વચ્ચે એક શબ્દ બનવા માંડે છે. તમે તે શબ્દ વાંચો તે પહેલા જ ટપાલઘરના કાઉન્ટર પર તમારો વારો આવી જાય છે અને તમે ઝડપથી ચારેય પદક બાજુમાં મૂકી દો છો.

પોતાની બેટરીઓને ચાર્જ કરવામાં મદદ કરવી

લોકોને મદદ કરવી એ માત્ર મિશનરી અને સ્વયંસેવકોનું જ કામ નથી. લોકોની મદદ કરવા માટે કોઈ મોટી આપત્તિ આવે તે પણ જરૂરી નથી. વાસ્તવમાં, આપણને રોજે બીજા લોકોને ખુશ કરવાની તકો મળી હોય છે. ખાસ કરીને એમને જે તમારી સૌથી નજીક છે.

બીજા લોકોને મદદ કરવાથી તમને પણ સારી અનુભૂતિ થાય છે.

જો ક્યારેક તમે પોતાની જાતને હારેલી અનુભવો છો તો મદદનો ભાવ તમને સમાજ માટે ઉપયોગી અને મહત્ત્વના હોવાના ભાવની અનુભૂતિ કરાવશે. જે તમને પોતાના મનની વાત સંભળાવવા ઈચ્છે છે તેની વાત ભલે તમે માત્ર ઉપરછલ્લી રીતે જ સાંભળતા હો.

તમે અનુભવ કર્યો હશે કે કોઈને ખુશ કરવાની અનુભૂતિ કેવી હોય છે ?

ઉદાહરણ તરીકે, જ્યારે તમને ગમતી વસ્તુની ભેટ મળે છે તો આપનારની આંખોમાં આનંદનો ભાવ દેખાય છે અથવા પછી તમે કોઈ એવી વ્યક્તિને મદદ કરો છો, જે તમારી મદદ વિના કશું કરી શકતી નથી તો અચાનક તમે પોતાને શક્તિશાળી અનુભવો છો અને પોતાના મનમાં શાંતિની લાગણી અનુભવો છો. જેમ કે, મિજૂએ પોતાના સાથીઓને માઉન્ટ ફૂજી પર ચઢવામાં મદદ કર્યા પછી જે લાગણી અનુભવી.

અંગ્રેજી કવિ જૉન ડોનેએ ચાર સદીઓ પહેલા લખ્યું હતું – કોઈપણ મનુષ્ય સ્વયં પૂર્ણ નથી. અહીં આપણને સૌને એકબીજાની મદદની જરૂર છે.

તેથી વિશ્વને કઈ બાબતને જરૂર છે તે પદક આટલું મહત્ત્વનું છે.

આનંદના ટીપાં

જ્યારે આપણે સમાચાર જોઈએ છીએ ત્યારે વિશ્વની સમસ્યાઓ એટલી મોટી અને વધારે પ્રમાણમાં લાગે છે કે આપણે પોતાની જાતને મદદ કરવામાં અસમર્થ અનુભવીએ છીએ.

પરંતુ કોલકાતાની મિશનરીના મધર ટેરેસાનો દૃષ્ટિકોણ આનાથી સાવ વિપરીત હતો. તે કહેતા હતા - ભલે આપણે અનુભવીએ છીએ કે આપણે જે કરી રહ્યા છીએ તે સમુદ્રમાં માત્ર એક ટીપાં સમાન છે. પરંતુ એ એક ટીપાંને કારણે સમુદ્ર ઓછો થશે, ભલે એક ટીપાં જેટલો જ.

વાસ્તવમાં આપણે મદદ કરવાની શક્તિને ઓછી આંકીએ છીએ. આપણે જાણતા નથી, દયા કે કરુણાના એક નાનકડાં કાર્યથી આખું વિશ્વ બદલાઈ જાય છે. આવો એક નજર નાખીએ કેટલાક આનંદના ટીપાં પર, જે આપણે આખા વિશ્વમાં લાવી શકીએ છીએઃ

- આપણે કોઈ દુઃખી મિત્ર કે સંબંધીને ખુશ કરી શકીએ છીએ.
- આપણે કોઈ એવી વ્યક્તિની વાત સાંભળી શકીએ છીએ જેને કોઈ સમસ્યા કે મુશ્કેલી વિશે વાત કરવી આવશ્યક છે.
- આપણે કોઈ એવી વ્યક્તિની મદદ કરી શકીએ છીએ જેની પાસે ઘણું વધારે કામ છે. (ઉદાહરણ તરીકે, ઘરના કામોમાં તમારા માતા-પિતાને)

- આપણે પર્યાવરણને દૂષિત કરનારા પેકેજિંગ કે પ્લાસ્ટિકનો ઉપયોગ બંધ કરી શકીએ છીએ.
- આપણે વૃક્ષો અને પ્રાણીઓની સંભાળ રાખી શકીએ છીએ.

આપણામાંથી દરેક વ્યક્તિ આનંદના આ ટીપાંને બીજાને આપી પોતાના ઉદાહરણથી તેમને પણ આવું કરવા માટે પ્રેરિત કરી શકે છે અને આ રીતે ઘણા બધા ટીપાં મળીને પ્રેમના મહાન સાગરનું નિર્માણ કરી શકે છે.

શરૂઆતથી જ આખા વિશ્વને બચાવવાનો પ્રયત્ન ન કરશો પરંતુ નાની-નાની બાબતોથી શરૂઆત કરો, જેમ કે પોતાના સંબંધીઓ અને મિત્રોને મદદ કરવી. સમયની સાથે જેમ-જેમ તમારા પ્રભાવ ક્ષેત્રનો વિસ્તાર થવાનો શરૂ થશે, તમે વધારે ને વધારે લોકો માટે ઉપયોગી થઈ શકશો.

પોતાના દૈનિક કાર્યોમાં લોકોને મદદ કરો. જેનાથી તમારી કાર્ય કરવાની રીત તમારા અને અન્ય લોકોના જીવનને પ્રભાવિત કરશે.

તમે બટરફ્લાય ઈફેક્ટ વિશે સાંભળ્યું હશે, જે પ્રમાણે પતંગિયાની પાંખો માત્ર ફફડાવવાથી વિશ્વના બીજા છેડે તોફાન આવી શકે છે. જેનો અર્થ છે કે તમારા નાનકડાં કાર્યમાં પણ દૂર સુધી લોકોને પ્રભાવિત કરવાની કે પરિવર્તન લાવવાની ક્ષમતા છે.

વ્યવસાય અને મિશન

તમે જોયું કે જ્યારે બે પદક એકબીજામાં ભળ્યા તો તેમના ભળવાથી બે નવી અવધારણાઓ સામે આવી. એટલે કે તમને કઈ બાબતનું વળતર મળી રહ્યું છે અને વિશ્વની આવશ્યક્તા શું છે તેનાથી મળીને વ્યવસાય (આજીવિકાનું માધ્યમ) શબ્દનું નિર્માણ થાય છે.

વ્યવસાય એક એવું કાર્ય છે જેને કરવાની મનુષ્યને ખૂબ ઈચ્છા હોય છે. જેમ કે કોલિંગ કરવું, જેમાં હંમેશા બીજા લોકોને મદદ કરવાનું સામેલ હોય છે. આ એક ખૂબ સંતોષજનક વ્યવસાય બની શકે છે અને જે લોકોને આ પ્રકારના કામ મળે છે, તે હંમેશા પોતાના કામથી ખૂબ ખુશ હોય છે.

અહીં કેટલાક એવા ધંધાની સૂચિ છે જેને વ્યવસાય માનવામાં આવે છે:

- ડૉક્ટર અને નર્સ – સ્વાસ્થ્યકર્મીઓની સાથે મળીને બીજાને મદદ કરવાની તેમની ભાવના જોઈ શકાય છે. દર્દીઓને સારા કરવાના તેમના પ્રયત્નો

ઉપરાંત, બીમાર અને ઘાયલ લોકોની સંભાળ કરનારા ડૉક્ટર અને નર્સ જે કાર્ય કરે છે તે ખૂબ મહત્ત્વપૂર્ણ અને પ્રશંસનીય છે.

- મનોવૈજ્ઞાનિક કે મનોચિકિત્સક – બની શકે કે તમારું શરીર સ્વસ્થ હોય પરંતુ તમે ભાવનાત્મક કે મનોવૈજ્ઞાનિક રીતે પીડિત હોઈ શકો છો અને આ વ્યવસાયી આ પ્રકારની મુશ્કેલીઓમાં તમારી મદદ કરી શકે છે.
- શિક્ષક – શિક્ષકોની મદદથી ઘણા બધા લોકોએ યોગ્ય કારકિર્દી મેળવી છે કારણ કે શિક્ષકે તેમની ક્ષમતા કે પ્રતિભા પર વિશ્વાસ મૂક્યો અને તેમને એક નિશ્ચિત માર્ગ પર ચાલવા માટે પ્રોત્સાહિત કર્યા.
- પર્યાવરણ એન્જિનિયર – ગ્લોબલ વૉર્મિંગ અને પ્રદૂષણ જેવા પરિસ્થિતિજન્ય પડકારોનો સામનો કરતા આ વ્યવસાયિકોનું કામ પૃથ્વીને બચાવવા માટે અત્યંત મહત્ત્વપૂર્ણ છે.
- પર્યાવરણ અને શાંતિ સ્વયંસેવક – આ એ લોકો છે જે વિશ્વના ખૂબ જ ગરીબ ક્ષેત્રોમાં કે સંઘર્ષવાળા ક્ષેત્રોમાં કામ કરે છે અથવા પૃથ્વીના પર્યાવરણને બચાવવા માટે લડે છે.

જો વિશ્વને એ જ જોઈએ છે જે તમને ગમે છે, તો તમે ખૂબ ભાગ્યશાળી છો કારણ કે તમારી પાસે જીવનમાં એક મિશન છે અને આનાથી મોટી કોઈ સફળતા નથી.

હવે જ્યારે તમારી પાસે ચારેય પદક છે તો તમારો પ્રવાસ લગભગ પૂર્ણ થવાને આરે છે પરંતુ આનાથી પહેલા હજુ એક વાત શીખવાની બાકી છે.

૫.

ચાર વર્તુળોનું એકબીજા સાથે ભળવું

'જીવનનો અર્થ સ્વયંની શોધ કરવી નથી,
બલકે જીવનનો અર્થ સ્વયંને સર્જવું છે.'
- જ્યોર્જ બર્નાડ શો (આયરિશ નાટકકાર)

પોતાના પ્રવાસના અંતિમ ભાગમાં જ્યારે તમે પોસ્ટઓફિસથી પોતાના મિત્રો, પરિવારજનો તથા સ્નેહીજનોને પત્ર મોકલીને એક સારી સરપ્રાઈઝ આપી રહ્યા હતા, ત્યારે તમે જોયું કે તમારા દ્વારા કરવામાં આવેલા કોઈપણ કાર્યમાં બે પદકો એકત્ર થવાની અવધારણા પ્રગટ થાય છે.

જ્યારે તમે શેરીમાં ચાલતા ચારેય પદકોને ભેગા મૂકવાથી બનતા ફૂલને જુઓ છો ત્યારે એક શબ્દ ઉપસે છે. આ જ 'ઈકિગાઈ' છે.

તમે આ શબ્દથી એટલા સંમોહિત થયેલા છો કે તમારું ધ્યાન જ નથી કે કોઈ સાઈકલ પર બેસીને તમને જોઈ રહ્યું છે.

તમે પદકો પાછા પોતાની બેગમાં મૂકી દો છો અને નજર ઉઠાવી તેને જુઓ છો.

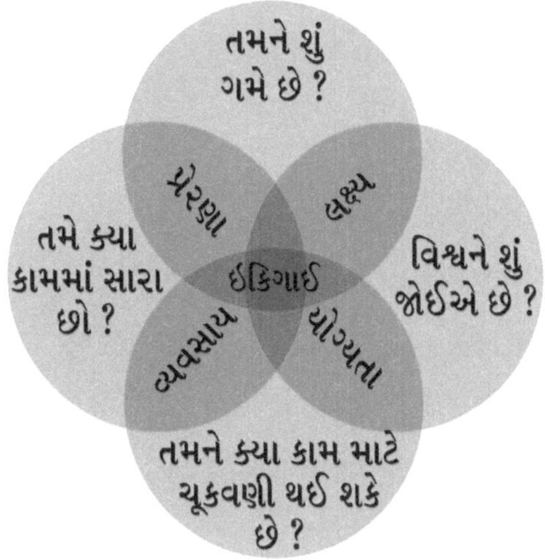

'નાઓમી ?'

'તમને જોઈને ખૂબ આનંદ થયો.' મેં કહ્યું.

'મને પણ. શું તમે ઈકિગાઈ પૂરી કરનારા ચારેય પદકો મેળવી લીધા ?'

નાઓમી ગર્વથી માથું હલાવે છે. પછી તમે બંને પોત-પોતાની બાઈક પર બેસી રેલવે સ્ટેશન પર જવા માટે નીકળો છો. આ પ્રવાસમાં તમે ઘણો લાંબો પ્રવાસ ખેડ્યો છે અને હવે તમારો ઘરે પાછા ફરવાનો સમય આવી ગયો છે.

'તમારા ટિકિટના પૈસા હું આપીશ,' નાઓમી કહે છે. 'મેં યાર્ડમાં ઘાસ કાપી થોડા પૈસા કમાવ્યા છે.'

લગભગ એક કલાક પછી ટ્રેનમાં બાઈકને સુરક્ષિત રીતે મૂકાવી અમે બંને પોત-પોતાની સીટ પર બેસી બારી બહારના દૃશ્યો જોતા પ્રવાસનો આનંદ માણતા હતા અને પોતાના અનુભવોની વાત એકબીજાને કરતાં પોતાના ઘરે જઈ રહ્યા હતા. તે સમયે તમે પોતાના સાહસિક કાર્યો વિશે ચર્ચા કરતા હતા.

નાઓમીએ બારીની બહારના દૃશ્યો પરથી નજર ખસેડ્યા વિના તમને કહ્યું, 'આ પ્રવાસમાં તમને કેવા-કેવા અનુભવ થયા અને કઈ રીતે સાહસપૂર્વક તમે આ પદક પ્રાપ્ત કર્યા એ સાંભળવું મને ગમશે.'

હવે આપણે જાણીએ છીએ કે આપણે શું કરવાનું છે, પરંતુ તેને વ્યવહારિક

રીતે લાગુ કરવા માટે અભ્યાસની જરૂર હતી. પરંતુ છતાં પણ જ્યારે એકવાર તમે જાણી જાઓ છો કે તમારી ઈકિગાઈ શું છે ? જીવનમાં તમારો ઉદ્દેશ શું છે ? તમારું ઝનૂન, વ્યવસાય અને મિશન શું છે ? અને તેને પ્રાપ્ત કરવાના પ્રયત્નમાં જીવનમાં તમે શું કરો છો ?

થોડો સમય વિચાર્યા પછી તમે જવાબ આપો છો કે, 'બની શકે કે આપણા રોજબરોજના જીવનમાં આપણે જે કંઈપણ કરીએ છીએ તેમાં ઈકિગાઈ હોય.'

'સાચું છે.' નાઓમીએ કહ્યું. પછી તેણે આગળ કહ્યું, 'આપણે કોઈ સાચા ગુરુ પાસેથી શીખવું જોઈએ.'

તમે પૂછ્યું, 'ક્યા ગુરુની વાત કરી રહ્યા છો ?'

'જે લોકો પાસે જીવનના સારા અનુભવ હોય છે, જીવનનો ઉદ્દેશ હોય છે અને તે ખુશમિજાજ રહીને જીવન વીતાવે છે.'

તેને સાંભળતા તમને આશ્ચર્ય થાય છે કે શું ખરેખર એવા લોકો જોવા મળે છે ? કારણ કે તમે સમયની સાથે એટલી બધી ફરિયાદો અને એટલા બધા નકારાત્મક વિચાર સાંભળ્યા છે કે તમે પોતાનો ઉત્સાહ ગુમાવ્યા વિના એક લાંબું જીવન જીવી શકો છો એ વાત પર વિશ્વાસ મૂકવો મુશ્કેલ થઈ જાય છે.

નાઓમીએ કહ્યું, 'સ્વાભાવિક છે કે આ પ્રકારના લોકો જીવનમાં ધીમે-ધીમે આગળ વધે છે અને પોતાના સંબંધોને એ રીતે સાચવે છે જેમ બગીચાના છોડવાઓને.'

જેમ-જેમ ટ્રેન તમારા ઘરની નજીક પહોંચે છે, તમને અનુભૂતિ થાય છે કે તમે તમારા પ્રવાસમાં જે પાઠ શીખ્યા છો, તે તમને લાંબા સમય સુધી જીવિત રહેનારા ગુરુઓને શોધવામાં મદદ કરશે. હવે શોધવાનું છે કે ઈકિગાઈના શિક્ષણને પોતાના દૈનિક જીવનમાં કેવી રીતે અમલમાં મૂકવામાં આવે ?

ભાગ – ૪

ઇકિગાઇના માર્ગે જીવવું

૧.

સુખી થવાના રહસ્ય

'દૃઢતા જ શક્તિ છે.'
-જાપાનીઝ કહેવત

ઈ.સ.૨૦૧૫માં આ પુસ્તકના બંને લેખક જ્યારે ટોકિયોના એક બગીચામાં ફરતા હતા ત્યારે તેમના મનમાં પહેલી વાર આ પુસ્તક લખવાનો વિચાર આવ્યો. એ સમયે તે એક એવા ગામ વિશે ચર્ચા કરી રહ્યા હતા, જ્યાં ૧૦૦ વર્ષની ઉંમરના લોકો રહેતા હતા.

તેમના કોઈ સંબંધીએ તેમને ઓકિનાવાના ઉત્તરમાં આવેલા એક ગામ વિશે જણાવ્યું હતું, જ્યાં ૩૦૦૦ રહેવાસીઓ વસતા હતા. સમુદ્રના કિનારે વસેલા અને જંગલથી ઘેરાયેલા અહીં વસતા મોટાભાગના લોકો ખેતી કરે છે અને વિવિધ ફળોનું ઉત્પાદન પણ કરે છે. આ ગામનો ઉલ્લેખ ગિનીઝ બુક ઓફ વર્લ્ડ રેકોર્ડઝમાં હોવાને કારણે લેખકોનું ધ્યાન આ ગામ તરફ ખેંચાયું અને એટલે જ આ ગામનો ઉલ્લેખ આ પુસ્તકમાં કરવામાં આવ્યો છે.

જો મોટી ઉંમરની વાત કરીએ તો ઓગિમી ગામનો વિશ્વમાં પહેલો નંબર આવે છે. અહીંના લોકો ૧૦૦ અથવા તેના કરતાં વધારે વર્ષ જીવે છે. અહીંના લોકોની પાસે વિશ્વના કોઈપણ વિસ્તારની સરખામણીએ સો વર્ષ કે તેના કરતાં વધારે વર્ષ સુધી જીવવાની વધારે શક્યતા છે. તેથી તેને શતાબ્દીના ગામ તરીકે ઓળખવામાં આવે છે.

હેક્ટર અને ફ્રાન્સેસ્ક બંનેએ વિચાર કર્યો કે જો આપણે એ ગામમાં જઈએ

અને ત્યાંના લોકોની મુલાકાત લઈએ તો આપણે જાણી શકીએ છીએ કે તે આટલા લાંબા સમય સુધી જીવિત કેવી રીતે રહે છે ?

ત્યાં તેમણે માત્ર વૃદ્ધ લોકો સાથે મુલાકાત લેવાની નહોતી પરંતુ તેઓ એ પણ જોવા ઈચ્છતા હતા કે તે ક્યાં અને કેવી રીતે રહે છે, તે શું-શું ખાય છે અને કેવી રીતે એકબીજા સાથે વાતચીત કરે છે.

થોડા મહિનાઓ પછી હેક્ટર અને ફ્રાન્સેસ્કે પોતાનું સંશોધન શરૂ કરવા માટે ટોકિયોથી ઓકિનાવાની રાજધાની નાહા માટે ઉડાણ શરૂ કર્યું. ત્યાં પહોંચી તેમણે એક કાર ભાડે લીધી અને ઉત્તર દિશામાં જવા માટે નીકળ્યા. તેમણે ત્યાં જઈને સંશોધન માટે મહત્તમ સમય વીતાવવાનો નિશ્ચય કર્યો.

જો કે ત્યાં ભાડેથી કોઈ હોટલ કે ઓરડા ઉપલબ્ધ નહોતા એટલે તે ગામથી લગભગ ૭ માઈલ (૧૧.૨ કિલોમીટર) દૂર એક ઘરમાં રોકાયા. રોજે કામ પૂરું કરીને જ્યારે તે ઘરે પાછા ફરતા ત્યારે ઘરના માલિકની બિલાડી તેમની રાહ જોતી અને તેમણે જે કંઈ સંશોધન કાર્ય કર્યું હોય તે વિશેની તેમની વાતચીતને ધ્યાનથી સાંભળતી હતી.

ઓગિમીના લોકોના સુખી અને લાંબા આયુષ્ય પાછળ શું કારણ છે ?

પોતાનું સંશોધનકાર્ય પૂરું કરીને હેક્ટર અને ફ્રાન્સેસ્ક ઘરે પાછા ફર્યા. અને તેમણે એક પુસ્તક લખ્યું જેનું નામ 'ઈકિગાઈ' છે. આ પુસ્તકમાં જણાવવામાં આવ્યું છે કે ઓગિમી ગામના લોકો આટલી મોટી ઉંમર સુધી જીવિત કેવી રીતે રહે છે ? આ પુસ્તકનો સમગ્ર વિશ્વની ૫૬ ભાષાઓમાં અનુવાદ થઈ ચૂક્યો છે. લેખકોના નિષ્કર્ષોના આધાર પર અહીં એ ગામના લોકોના દીર્ઘાયુ હોવાનો સારાંશ આપવામાં આવ્યો છે.

- તણાવમુક્ત જીવન – અહીં લોકોની પાસે સેલફોન ટાવર પણ નથી. જો તમે વોટ્સઅપ સંદેશો વાંચવા ઈચ્છો છો તો રેંજ ન મળવાને કારણે તમારે પહાડી પર આવેલી ઋતુની જાણકારી આપનારા સ્ટેશન સુધી જવું પડશે.
- તે લોકો ઘરની બહાર ઘણો સમય વીતાવે છે – પોતાના બગીચાની સંભાળ રાખે છે, પોતાના પડોશીઓના ઘરે જાય છે. ખેતી અને કામ કરવામાં મદદ કરે છે. તાજી હવામાં શ્વાસ લે છે.

- વ્યાયામ - તે રોજે સવારે રેડિયો તાઈશો પર આપવામાં આવતા દિશા-નિર્દેશો અનુસાર વ્યાયામ કરે છે. આ એક ક્ષેત્રીય કાર્યક્રમ છે જેને ત્યાં રેડિયો પર સાંભળવામાં આવે છે.
- ૮૦ ટકાનું રહસ્ય – અહીં લોકો પેટ ૮૦ ટકા ભરાઈ ગયા પછી ખોરાક ખાવાનો બંધ કરી દે છે, જેને તે હારા હાચી બૂ કહે છે, જેનો અર્થ પેટ ભરીને જમવું નહીં એવો થાય છે. અહીંના ગ્રામજનો ભૂખ્યા નથી રહેતા, તે માત્ર પેટમાં થોડી જગ્યા ખાલી રાખે છે, જેના કારણે તે થોડી હળવાશ અનુભવે છે અને વધારે ક્રિયાશીલ થઈને ઉત્સાહથી કામ કરે છે.
- મિત્રતા – આ લોકો મિત્રતાને ખૂબ મહત્ત્વ આપે છે. મિત્રોની સાથે રમ્યા વિના તેમનો એકપણ દિવસ વીતતો નથી. તે એકબીજાને મળતા રહે છે. બધા સાથે મળીને તહેવાર અને જન્મદિન ઉજવે છે. આ સંસ્કૃતિને કારણે તે લોકો ક્યારેય એકલતા અનુભવતા નથી.
- નિવૃત્તિ – અહીંના લોકો સેવાનિવૃત્ત નથી હોતા. જેમ-જેમ તેમની ઉંમર વધતી જાય છે, તે કામ ઓછું કરે છે પરંતુ કામ કરવાનું બંધ નથી કરી દેતા. પોતાને મનગમતું કામ તે હંમેશા કરે છે.
- ઈકિગાઈ – તે પોતાની ઈકિગાઈ પ્રમાણે પોતાનું જીવન જીવે છે. તે પોતાનો શોખ જાણે છે. ઓગિમી એક ગ્રામીણ સ્થળ હોવાને કારણે અહીંના મોટાભાગના લોકોનો શોખ શાકભાજી ઉગાડવાનો છે. તેમના મિત્ર પણ તેમની ઈકિગાઈનો ભાગ હોય છે. તે રોજે, નિયમિત રીતે એકબીજા સાથે સમય વીતાવે છે, પોતાને મનગમતું કામ કરે છે એટલે જ તે સવારે ઉઠીને કામ કરવા માટે ઉત્સુક રહે છે.

સો વર્ષ આનંદથી જીવવાના સાત નિયમ

તમે જે જગ્યાએ રહો છે તે કદાચ આ નાનકડા ખેડૂતોના ગામથી ખૂબ જુદી છે, પરંતુ એવી ઘણી વસ્તુઓ છે જે તમે આ જાપાની શતાબ્દીની જેમ રહેવા માટે કરી શકો છો. પોતાના દૈનિક જીવનમાં સામેલ કરવા માટે તેમના કેટલાક રહસ્ય અહીં આપવામાં આવ્યા છેઃ

૧. સમયાંતરે પોતાના સેલ ફોનને સ્વિચ ઓફ કરતા રહો.

૨. જેટલું શક્ય બની શકે તેટલા પ્રકૃતિની નજીક રહેવાનો પ્રયત્ન કરો.

૩. નિયમિત રીતે થોડો વ્યાયામ કરો.

૪. વધારે ખાવાનું ટાળો. (ખાસ કરીને જંક ફૂડ)

૫. સારા મિત્ર બનાવો.

૬. તમને જે ગમે છે, તે કરવાનું બંધ ન કરશો.

૭. પોતાની ઈકિગાઈને જીવો.

૨.

પોતાની ઈકિગાઈ પ્રાપ્ત કરવા માટે ઉતાવળ ન કરશો

'જો તમે સતત ચાલતા રહો છો તો આ વાતથી ફેર નથી પડતો કે તમે કેટલા ધીમે ચાલો છો.'

- કન્ફ્યુશિયસ (ચીની દાર્શનિક)

કેટલાક લોકોને એવી ગેરસમજ હોય છે કે સક્રિય હોવાનો અર્થ અહીં-તહીં દોડવું છે. ઇકિગાઈની વાત કરીએ તો જો તમને એકવાર સમજાઈ જાય કે તમારા જીવનનું ધ્યેય શું છે, તો તે પછી તમારે ઉતાવળ કરવાની જરૂર નથી.

જો તમે કામમાં ઉતાવળ કરો છો, તો તમે પ્રવાસમાં ઘણી મહત્ત્વની બાબતો ચૂકી જશો, જે તમારા લક્ષ્ય માટે મહત્ત્વપૂર્ણ હોઈ શકે છે.

ક્રિસ્ટીના બેનિટોએ પોતાના પુસ્તક ટાઈમ માઈન્ડ ફુલનેસની એક વાર્તામાં આ સમસ્યાને ખૂબ સારી રીતે દર્શાવવામાં આવી છે:

> એક સંશોધક ખૂબ ઝડપથી હાર્ટ ઓફ આફ્રિકા પહોંચવા માટે ઉત્સુક હતો. તેને એટલી ઉતાવળ હતી કે તેણે મજૂરોને ઝડપથી આગળ વધવા માટે બોનસ આપવાની રજૂઆત કરી. થોડા દિવસો સુધી મજૂરોએ તેની વાત માની પણ એક દિવસ સાંજે તે લોકો જમીન પર બેસી ગયા અને અભિયાન ચાલુ રાખવાની ના પાડી દીધી.
>
> જ્યારે તેણે એ લોકોને સમજાવવાનો પ્રયત્ન કર્યો ત્યારે તેમણે ઉત્તર આપ્યો – અમે એટલી ઝડપથી ચાલી રહ્યા છીએ કે અમને સમજાતું જ નથી કે અમે શું કરી રહ્યા છીએ. અમારો આત્મા કદાચ પાછળ

રહી ગયો છે, હવે જ્યાં સુધી અમને અમારો અંતરાત્મા ન મળી જાય ત્યાં સુધી રાહ જોવી પડશે.

આપણે જ્યારે આપણા જીવનમાં આ રીતે દોડધામ કરીએ છીએ ત્યારે આપણી પરિસ્થિતિ પણ એવી જ થાય છે. આપણે એક જ સમયે કેટલી બાબતો કરીએ છીએ, પણ આપણું ધ્યાન તેમાંથી કશામાં હોતું નથી. વાસ્તવમાં આપણે જાણતા જ નથી હોતા કે આપણે શું કરી રહ્યા છીએ. ઘણીવાર તો આપણને એ જ યાદ નથી રહેતું કે આપણે ક્યાં જવા માટે નીકળ્યા છીએ.

ગેમબૉયના નિર્માતા

અતિસક્રિયતાનો અર્થ કારણ વગરની દોડધામ કરવી એવો નથી થતો. એટલે કે અતિ સક્રિયતાનું વિરોધી આળસ નથી પરંતુ ધીરે-ધીરે સતત આગળ વધવું છે, કન્ફ્યુશિયસ પણ કહે છે કે માર્ગમાં કોઈપણ મહત્ત્વની વાતને છોડ્યા વિના અને અટક્યા વિના આગળ વધતા રહો. તેનું એક અદ્ભુત ઉદાહરણ ગનપેઈ યોકોઈ છે, જેમણે નિન્ટેંડો ગેમની ડિઝાઈન કરી હતી. તેમણે દોશીશા વિશ્વવિદ્યાલયમાંથી સ્નાતકનો અભ્યાસ કર્યો. સ્નાતક થયા પછી ૧૯૬૫માં તેમણે નિન્ટેંડોમાં હનફુડા પ્લેઈંગ કાર્ડ અસેંબલી લાઈન પર કામ કરવાનું શરૂ કર્યું. તે સમયે અસેંબલી લાઈન પર નિન્ટેંડો કાર્ડ બનાવતા હતા.

ગનપેઈ ધૈર્યવાન હોવાની સાથે-સાથે સારા નિરીક્ષક પણ હતા. તે હંમેશા સક્રિય રહેવાનો પ્રયત્ન કરતા અને પોતાનો સમય વેડફતા નહીં. અસેંબલી લાઈનની દેખરેખ રાખતા તેમણે પોતાના મનોરંજન માટે એક રમકડું પણ બનાવ્યું.

એક દિવસ જ્યારે નિન્ટેંડો કંપનીના અધ્યક્ષ કારખાનાની મુલાકાત લઈ રહ્યા હતા ત્યારે ગનપેઈના રમકડાંએ તેમનું ધ્યાન આકર્ષિત કર્યું અને તેમણે તેને બનાવવા અને ક્રિસમસના સમયે વેચવાનો નિર્ણય કર્યો. તેમના રમકડાંને બજારમાં ખૂબ સારો પ્રતિસાદ મળ્યો. અને એ દિવસથી તે નવા રમકડાંના મુખ્ય ડિઝાઈનર તરીકે કામ કરવા લાગ્યા.

ગનપેઈ હંમેશા કંપનીમાં કે કંપનીની બહાર ધૈર્યવાન બની રહ્યા અને ખૂબ સારી રીતે નિરીક્ષણ કરતા રહ્યા. પોતાની સંયમિત જીવનશૈલીના કારણે તે જીવનમાં દરેક નાની-નાની બાબતોનું નિરીક્ષણ કરતા હતા. ટ્રેનમાં મુસાફરી દરમિયાન પણ તે સાથે પ્રવાસ કરતા પ્રવાસીઓનું પણ નિરીક્ષણ કરતા રહેતા.

એકવાર તેમણે કાર્યાલયમાં એક ક્લાર્કને કેલ્ક્યુલેટર પર કશુંક ટાઈપ કરતા જોયા. તેમાં કશું જ અસામાન્ય નહોતું પરંતુ તેનાથી ગનપેઈને વિચાર આવ્યો કે વીડિયો ગેમ બનાવવા માટે કેલ્ક્યુલેટર તકનીકનો ઉપયોગગ કરી શકાય છે.

જ્યારે તે ફરીથી પોતાની નિન્ટેંડો ઓફિસમાં આવ્યા, ત્યારે તેમણે મારિયો અને ડોંકી કોંગની સાથે ગેમ એન્ડ વોચ નામનો પહેલો હેન્ડ હેલ્ડ વીડિયો ગેમ કંસોલ બનાવ્યો.

થોડા વર્ષો પછી ગનપેઈએ ગેમ બૉય બનાવ્યો.

ધીમાપણાના ફાયદા

અમેરિકન કવિ અને દાર્શનિક રાલ્ફ વાલ્ડો ઈમર્સને કહ્યું, 'ઘણી આંખો ઘાસના મેદાન પાસેથી પસાર થાય છે પરંતુ કેટલાકને જ તેમાં ફૂલ દેખાય છે.'

તેથી મહત્ત્વપૂર્ણ વાત એ છે કે તમે પોતાની ઈકિગાઈ સુધી પહોંચવાની ઉતાવળ ના કરશો. કારણ કે જેટલું મહત્ત્વનું ત્યાં સુધી પહોંચવાનું હોય છે એટલું જ મહત્ત્વનું પ્રવાસના મહત્ત્વપૂર્ણ પાસાઓ પર ધ્યાન આપવાનું છે. કદાચ તમે ટ્રેન આવતા શું જોવું એ વિચાર કરવાને બદલે ગનપેઈની જેમ ટ્રેનમાં રહેલા પ્રવાસીઓના નિરીક્ષણ પર ધ્યાન આપો.

શાંતિથી પણ ચોઈસાઈથી. જ્ઞાની લોકો કહે છે તેમ,

આરામથી કામ કરવાની ટેવ અપનાવો અને સારું નિરીક્ષણ કરો. બની શકે છે કે તમે જે શોધી રહ્યા છો તે તમારી આશા કરતાં ક્યાંય વધારે નજીક હોઈ શકે છે.

૩.

સારા મિત્રો કેવી રીતે બનાવશો ?

'અજવાળામાં એકલા ચાલવા કરતાં અંધારામાં એક મિત્ર સાથે ચાલવું સારું છે.'
- હેલન કેલર (લેખક અને શિક્ષક)

'દોસ્ત એ વિરલા લોકો હોય છે પૂછે છે કે
આપણે કેમ છીએ અને પછી જવાબ સાંભળવા ઉત્સુક પણ રહે છે.'
- એડ કનિંઘમ (ફૂટબોલ વિશ્લેષક)

મિત્રતા તમારા જીવનનો એક મૂળભૂત ભાગ છે અને ઈકિગાઈ ઈચ્છનારા લોકો માટે મહત્ત્વની છે. તમે તમારા પ્રોજેક્ટસને કેટલી સરળતાથી કરો છો એ તમારી આસપાસના લોકોની ગુણવત્તા પર આધાર રાખશે.

જીવનમાં કેટલીક બાબતો એકલા જ કરવામાં આવે છે પરંતુ જો તમે એક બેંડ બનાવો છો અથવા પછી કોઈ પ્રવાસ કે ફરવા જવાનું આયોજન કરો છો, કે પછી પોતાનો વ્યવસાય સ્થાપિત કરો છો, તો તમારે હંમેશા સાથીઓની જરૂર પડશે.

જો તમે યોગ્ય સાથીઓને પસંદ કરો છો તો બધું જ તમારી યોજના પ્રમાણે ચાલશે અને તમે કોઈપણ સમસ્યાને એકસાથે ઉકેલી શકવામાં સક્ષમ હશો. પરંતુ જો તમે એવા લોકોથી ઘેરાયેલા છો જે બાબતો વિશે નકારાત્મક દૃષ્ટિકોણ ધરાવે છે અને તમે જેમની સાથે અસંમત રહો છો, તો પછી તમે ઘણું બધું નહીં કરી શકો.

તો શું તમારે ફ્રેંડ ઓડિશન આયોજિત કરવાની જરૂર છે ?

જો આ શક્ય નથી તો પણ તમારે સાથીઓ પસંદ કરવામાં ખૂબ સાવધાની રાખવી જરૂરી છે. આપણી આસપાસના લોકો આપણા માટે અરીસા સમાન હોય છે. ઉદાહરણ તરીકે, જો તમારી પાસે એવા મિત્ર છે જે તમારી સાથે સારો

વ્યવહાર કરે છે અને તમારી આસપાસ રહેવામાં આનંદ અનુભવે છે તો શક્ય છે કે તે તમને પણ એ જ રીતે જુએ છે.

જો તમે મને જણાવશો કે તે તમારી વાત કઈ રીતે સાંભળે છે તો હું જણાવીશ કે તે કેવા છે?

જો વાસ્તવમાં કોઈ વ્યક્તિને સમજવી હોય તો એ વાત પર ધ્યાન આપો કે તે કઈ રીતે તમારા દ્વારા જણાવવામાં આવેલી મહત્ત્વની વાતો પર ધ્યાન આપે છે. આપણા સૌના મનમાં કેટલાક સપના અને રહસ્ય હોય છે જે આપણે ખૂબ ઓછા લોકોને જણાવીએ છીએ, તેથી તેમની પ્રતિક્રિયા આપણા માટે ખૂબ મહત્ત્વની હોય છે.

જો તમે તમારા કોઈ મિત્રને પોતાની મોટી મુશ્કેલી વિશે જણાવો છો તો તમને જુદા-જુદા પ્રકારની પ્રતિક્રિયાઓ મળશે. તમારો મિત્ર ક્યા પ્રકારનો છે, એ પ્રકારની પ્રતિક્રિયા તમને મળશે.

અહીં તમને વિવિધ પ્રકારના લોકોના ઉદાહરણ આપવામાં આવ્યા છે, જેમનો તમારે સામનો કરવો પડી શકે છે –

૧.શરીરથી પાસે, મનથી દૂર – આ પ્રકારના લોકો સાથે તમે જ્યારે કોઈ સમસ્યા વિશે વાત કરશો તો તે તમારી વાત ગંભીરતાથી સાંભળવાનો દેખાડો કરે છે. પરંતુ જ્યારે તમે ધ્યાનથી જોશો તો તમે અનુભવશો કે તેમને તમારી વાતમાં કોઈ રસ નથી બલકે એ વાત વિચારે છે કે તમારી વાત પૂરી થયા પછી શું જવાબ આપવામાં આવે.

૨.મૌનની દીવાલ – આ પ્રકારના લોકો તમારી વાતોને ખૂબ ધ્યાનથી સાંભળે છે પરંતુ કોઈ વિશેષ પ્રતિક્રિયા નથી આપતા. વધુમાં વધુ તે તમારો ખભો થાબડીને તમને એવી સાંત્વના આપી શકે છે કે 'ચિંતા ન કરીશ, બધું બરાબર થઈ જશે.' કેટલાક લોકો માટે આટલું સાંભળવું જ પૂરતું થઈ રહે છે જ્યારે અન્ય કેટલાકની અપેક્ષા આના કરતાં થોડી વધારે હોય છે.

૩.ગપશપ કરનારા કે વાતોડિયા લોકો – આ પ્રકારના લોકો તમને તમારી મુશ્કેલી પર વિચાર કરી ઘણા પ્રશ્ન પૂછે છે. વાસ્તવમાં આ વાતો તેમના માટે બીજાને સંભળાવવા માટે ચટપટી સામગ્રી છે અને તેમનું ધ્યાન તમારી મુશ્કેલીથી વધારે તેને બીજા સુધી પહોંચાડવામાં કેન્દ્રિત રહે છે. આવા લોકોથી તમારે સાવધ રહેવું પડશે કારણ કે આ પ્રકારના લોકો ગમે ત્યારે તમારી લાગણીઓને ઠેસ

પહોંચાડી શકે છે.

૪.નકારાત્મક પ્રવૃત્તિના લોકો – આ સૌથી જોખમી પ્રકારના લોકોમાંના હોય છે અને આવા લોકોથી દૂર રહેવામાં જ તમારી ભલાઈ છે. કારણ કે તે તમારી વાતનું માત્ર નકારાત્મક પાસુ જુએ છે. જો તમે તેમની સાથે કોઈ સારા કામ વિશે પણ વાત કરો તો તે તમને આ પ્રકારની વાતો કહીને તેને આગળ વધતા અટકાવવાનો પ્રયત્ન કરશે. જેમ કેઃ

- આ ખૂબ મુશ્કેલ કામ છે અથવા પછી આ થઈ શકે તેમ નથી. (વાસ્તવમાં તેમનો અભિપ્રાય એવો હોય છે કે તમે પોતાના લક્ષ્યને પ્રાપ્ત કરવામાં સક્ષમ નથી.)
- શું તમે ખરેખર જાણો છો કે તમે શું કરવા ઈચ્છી રહ્યા છો ? (વાસ્તવમાં તેમનો અભિપ્રાય એ હોય છે કે તેમને લાગે છે કે આ કામથી તમને ઘણું નુકસાન થશે અને તમે તે જોઈ શકતા નથી.)
- કોઈપણ પગલું ઉઠાવતા પહેલા તેના વિશે ધ્યાનથી વિચારો. (તે વાસ્તવમાં તમને એ જણાવવા ઈચ્છે છે કે જ્યારે તમે ભાનમાં આવશો ત્યારે તમને ખબર પડશે કે આ કામ તમારા માટે નથી.)

૫.વિશ્લેષક – આ પ્રકારના લોકો તમારી વાતોને ધ્યાનથી સાંભળે છે. વિચારવામાં તમને મદદ કરે છે અને તમારી વાતો પર વધારે ઊંડાણથી વિચારી ઉપયોગી પ્રશ્ન પૂછે છે, જેથી તે તમારા જીવનના એ પાસાઓ પર વિચાર કરી શકે છે જેને તમે જોઈ શક્યા નથી, તેનાથી તમને થનારી ભૂલો સુધારવામાં મદદ મળશે. એટલે આ પ્રકારના લોકોને પોતાનાથી દૂર ન થવા દેવા.

૬.ઉર્જાવાન – આ પ્રકારના લોકો વાસ્તવમાં મિત્રો માટે ચેમ્પિયન જેવા હોય છે અને પુસ્તકમાં આગળ તમે આ પ્રકારની વ્યક્તિઓ વિશે વધારે જાણશો. જેમ કે, નામથી જ સમજાય છે, તેમની ઉપસ્થિતિમાં તમે પોતાને વધારે શક્તિશાળી અનુભવો છો કારણ કે આ પ્રકારની વ્યક્તિ તમને સતત એ વિશ્વાસ અપાવે છે કે બધું જ શક્ય છે અને તમે જે કંઈપણ પ્રાપ્ત કરવા ઈચ્છો છો, તે પ્રાપ્ત કરી શકો છો.

પ્રેરણાદાયી મિત્રને કેવી રીતે ઓળખશો

જે લોકો પોતાની ઈકિગાઈની શોધમાં હોય છે, તે તમારી ઈકિગાઈ શોધવામાં તમારી મદદ કરશે. તેથી તમારે માટે એ ઘણું મહત્ત્વનું છે કે તમે એવા

લોકોને મળો જેની રુચિઓ તમારા જેવી હોય અને જે તમારા સ્વપ્નોને પ્રોત્સાહિત કરે છે અથવા કદાચ તેને વહેંચે પણ છે. બની શકે કે તેમની યોજનાઓનો તમારી સાથે સંબંધ ન હોય છતાં પણ તેમના પ્રેરક અને સશક્ત વ્યક્તિત્વ દ્વારા તમે આ દુર્લભ વ્યક્તિઓને ઓળખી શકો છોઃ

- તે તમારી વાતોને ખરેખર રસપૂર્વક સાંભળે છે અને તમે તેમને જે જણાવવા ઈચ્છી રહ્યા છો તેને સમજવા માટે પ્રશ્ન પણ પૂછે છે. આ પ્રકારના લોકો સૌથી સશક્ત છે જે સમજવાની સાથે-સાથે વિશ્લેષણ પણ કરે છે.
- એ ત્યાં સુધી કોઈ પ્રકારનો નિર્ણય કે ભવિષ્યવાણી નથી કરતા જ્યાં સુધી તે એ કાર્ય અંગે સકારાત્મક ના હોય, જેમ કે મને ખબર છે કે તું આ કરી શકે છે અથવા પછી તેને પૂરું કરાવી શકે છે.
- તે તમારી જોખમ ઉઠાવવાની પ્રવૃત્તિ જોઈને ખુશ થાય છે અને તમને શરૂઆતથી જ તમારા કામ માટે સમર્થન આપે છે.
- જો શક્ય હોય તો તે તમારા કામમાં પોતાના ખ્યાલ પણ ઉમેરી શકે છે.

આપણે એ લોકોને આકર્ષિત કરીએ છીએ જે સ્વભાવથી આપણા જેવા હોય છે. તેથી સારા મિત્ર બનાવવા માટે જરૂરી છે કે તમે પોતે પણ તેમના જેવા બની જાઓ. તેમની વાતોને ગંભીરતાથી સાંભળો, ઉદારતાપૂર્વક મિત્રોની મદદ માટે પોતાનું સર્વશ્રેષ્ઠ આપવાનો પ્રયત્ન કરો. પોતાના આ ગુણોથી તમે પોતાની ચારેય તરફ પોતાના જેવા સર્વશ્રેષ્ઠ મિત્રોની ટીમ બનાવી શકો છો.

૪.

તમારા જીવનમાં પ્રેમનો અનુભવ

'આપણે દરેક વાતમાં એટલા જુદા છીએ કે આપણને એક-બીજા સાથે પ્રેમ કરવામાં જોખમ છે.'
-ફ્રેડરિકો મોકિયા (ઈટાલિયન લેખક, પટકથા લેખક-નિર્દેશક)

અમે નથી જાણતા કે ઉંમરના આ પડાવ સુધી પહોંચતા-પહોંચતા તમે જાણી શક્યા છો કે સાચો પ્રેમ શું છે અથવા પછી તમે માત્ર તેની કલ્પના જ કરી છે. તમે જે પણ સ્તર પર હો, અમારી પાસે તમારી માટે કેટલાક ખરાબ સમાચાર છે કે મોડા-વહેલા તમારું હૃદય તૂટી જ જશે.

જે રીતે આ ખરાબ સમાચાર છે એ જ રીતે આ એક સારા સમાચાર પણ છે. કારણ કે પ્રેમની નિષ્ફળતાથી તમે જેટલું શીખો છો તેટલું તમે સામાન્ય પરિસ્થિતિમાં શીખી શકતા નથી. માટે જ યશ અને અપયશથી શીખવાનો અનુભવ જે રીતે તમને ઇકિગાઈની શોધમાં મદદ કરશે, એ જ રીતે તમને સાચો પ્રેમ શોધવામાં પણ ઉપયોગી નીવડશે.

પોતાના માટે યોગ્ય જોડીદારની શોધ કરતા પહેલા તમારે ઘણા પ્રકારના લોકોને મળવું પડશે.

પ્રેમભંગ અંગે બે મહત્ત્વની સલાહ

૨૦૧૪માં બનેલી ફિલ્મ 'બૉયહુડ' પ્રેમ વિશે એક મહત્ત્વનો અને અનન્ય પાઠ શીખવે છે. સતત બાર વર્ષો સુધી આ ફિલ્મનું ફિલ્માંકન ચાલતું રહ્યું અને કલાકાર પણ તે જ હતા. જેનો અર્થ છે કે મુખ્ય ભૂમિકા નિભાવનારો બાળક મેસન, જે ફિલ્મની શરૂઆતના સમયે છ વર્ષનો હતો, તે ફિલ્મ પૂરી બની રહી

ત્યારે અઢાર વર્ષનો થઈ ગયો હતો.

જ્યારે મેસન મોટો થાય છે અને કોલેજ શરૂ કરવાનો હોય છે, ત્યારે તેનું હૃદય પહેલી વાર તૂટે છે. તેની પહેલી પ્રેમિકા, જેને તે ખૂબ પ્રેમ કરે છે, તે છોકરી એક અમીર છોકરા માટે તેને છોડી દે છે.

તે ખૂબ હતોત્સાહિત થાય છે અને શું થયું તે તેના પિતાજીને જણાવે છે. ત્યારે પિતાજી તેને બે સલાહ આપે છે.

૧.તમને છોડીને ગયેલા છોકરા કે છોકરી વિશે વિચારીને જેટલો સમય તમે રડો છો તે દરેક મિનિટ બરબાદ થયેલી સમજો.

૨.કંઈક એ પ્રકારનું સાર્થક કામ કરો કે આવા છોકરા કે છોકરીઓ તમારા દરવાજે આવીને ઊભા રહે.

પ્રેમભંગના દુઃખમાં ડૂબેલા લોકો માટે ઈકિગાઈ

તમે જીવનના કોઈપણ પડાવ પર હો, સલાહનો બીજો ભાગ તમારા માટે અત્યંત મહત્ત્વનો છે. કારણ કે ઘણા બધા લોકો આ રીતે કોઈ વ્યક્તિની શોધમાં આખું જીવન વીતાવી દે છે, જે તેમને પૂર્ણ કરે. તેમને હંમેશા એવું લાગે છે કે તે અપૂર્ણ છે અને તેમને કોઈ એવી વ્યક્તિ મળશે જે આવીને તેમને પૂર્ણ કરશે. આ એક ગેરસમજ છે.

જો તમે પોતાને અપૂર્ણ માનો છો અને જો કોઈ વ્યક્તિના તમારા જીવનમાં આવવાથી તમારામાં પૂર્ણતાની ભાવના આવે છે, તો એ વ્યક્તિના ચાલી જવાથી તમે ફરીથી અપૂર્ણ રહી જશો. જ્યારે કોઈ વ્યક્તિ પોતાનામાં પૂર્ણ હોય તો જ તે સામેની વ્યક્તિ સાથે સમાનતાભર્યો વ્યવહાર કરી શકે છે અને સાચા અર્થમાં પ્રેમ કરી શકે છે.

ફ્રેંચ લેખક આલ્બર્ટ કેમસે આ વિચારને ખૂબ સુંદરતાથી સમજાવ્યો છે:

મારી આગળ ના ચાલશો....હું તમારું અનુસરણ કરી શકતો નથી.

મારી પાછળ ના ચાલશો....હું નેતા બની શકતો નથી.

મારી સાથે ચાલો....મિત્રની જેમ.

તેથી જ્યારે મેસનના પિતાએ તેને કંઈક ઉપયોગી કે સાર્થક કામ કરવાનું કહ્યું તો તેનો અર્થ એ હતો કે તે કંઈક એવું કામ કરે જેનાથી તેમને ગર્વની અનુભૂતિ થાય.

જો તમે કંઈક પ્રાસંગિક કે સાર્થક કાર્ય કરવાનો નિશ્ચય કરો છો તો તે સમયે તમારે પોતાનો આત્મવિશ્વાસ વધારવા માટે કોઈ છોકરા કે છોકરીની આવશ્યક્તા નહીં હોય. તમે પોતે પોતાના કાર્યની ઉપયોગિતાથી માહિતગાર હશો અને તમે બીજા સાથે અત્યંત પ્રેમ અને સામંજસ્યભર્યું વર્તન કરશો.

જો તમે પોતાની ઇકિગાઈની જેમ જિંદગી જીવો છો તો તમને પોતાનો સાચો પ્રેમ ચોક્કસ મળશે કારણ કે તમે તેની શરૂઆત પોતાની જાતને પ્રેમ કરીને જ કરી છે.

૫.

સમયની કેપસ્યુલ

'ભવિષ્ય એ નથી જે થવાનું છે, પરંતુ ભવિષ્ય એ છે જે આપણે કરવા જઈ રહ્યા છીએ.'

-જોર્જ લુઈસ બોર્ગેસ (આર્જેન્ટિનયન લેખક)

થોડા વર્ષો પહેલાં હેક્ટર અને ફ્રાન્સેસ્કની મુલાકાત લાઈફ કોચ મારિયો રેયેસ સાથે થઈ, તેમણે તેમના લોકોને ભવિષ્ય પ્રત્યે જાગૃત રહેવા માટે એક અભ્યાસ કરવાનું સૂચન કર્યું.

મારિયો પોતાના તાલીમાર્થીઓને પત્ર લખવા માટે કહે છે પરંતુ આ પત્ર તેમણે પોતાને જ લખવાનો છે, જેમાં આજથી ૫૦ વર્ષ પછી તે કેવા હશે એ વિષયનો ઉલ્લેખ કરવાનો છે. તેમાંથી ઘણા લોકો પોતાનું એક જીવનચરિત્ર લખે છે જેમાં તેમણે શું ઉપલબ્ધિ પ્રાપ્ત કરી તેની વ્યાખ્યા કરે છે.

૫૦ વર્ષ પછી તમે કેવા હશો એ એકવાર નિશ્ચિત થઈ જાય તો ત્યાં પહોંચવા માટે શું કરવાનું છે અને ક્યા માર્ગ પર જવાનું છે તે નક્કી કરવાનું સહેલું થઈ જાય છે. તમારે અત્યારે શું કરવાનું છે અને કઈ દિશામાં આગળ વધવાનું છે એ પણ સમજાઈ જાય છે.

તમે પણ ભવિષ્ય પ્રત્યે પ્રેરણા મળે તે માટે પ્રયોગ તરીકે એક કાગળ પર નીચે પ્રમાણે સંદેશ લખો અને ત્યાં આપવામાં આવેલી ખાલી જગ્યાને ભરો. જ્યારે તમે તેને પૂરું કરી લો છો ત્યાર પછી તેને એક એવી જગ્યાએ મૂકી દો જ્યાંથી તમે તેને જોઈ શકો. તમે તેને જેટલી વાર ઈચ્છો તેટલી વાર બદલી શકો છો.

ઉદાહરણ તરીકે – તમારા ડેસ્કની સામેની દીવાલ પર.

અત્યારથી ૫૦ વર્ષ પછી, પોતાને પોતાનો સંદેશ

પ્રિય........

આ સંદેશ તમારા સુધી પહોંચવામાં આટલો સમય એટલા માટે લાગ્યો કારણ કે તમે જિંદગીમાં જે પ્રાપ્ત કરવા ઈચ્છતા હતા, તેને હાંસલ કરવામાં તમે ઘણા આગળ નીકળી ગયા છો.

મને વિશ્વાસ છે કે જે કંઈ તમે વિચાર્યું હશે તે બધું પ્રાપ્ત કરી લીધું હશે. અને આ બધું કરવા માટે તમને હૃદયપૂર્વક શુભેચ્છાઓ. આજે પાછળ વળીને જોતાં સમજાશે કે તમે કેટલી બધી બાબતો પ્રાપ્ત કરી છે.

તમારા ઈરાદા પ્રમાણે તમે...........પ્રાપ્ત કરી શક્યા. તેની સાથે જ તમે ....અને ....આ બધી બાબતો પ્રાપ્ત કરી છે. પરંતુ તમારી સૌથી મોટી ઉપલબ્ધિ.........

તમારા પ્રેમને કારણે ....લોકોને ઘણો ફાયદો થયો છે અને લોકો તમને આદર્શ માનીને જીવન વીતાવી રહ્યા છે.

આ બધા કાર્યો માટે અને સમાજમાં પોતાનું યોગદાન આપવા માટે હું આપનો આભારી છું. તમે આ વિશ્વને એક નવી દિશા ચીંધી છે, જેના કારણે આ સ્થળ હજુ સુંદર બની ગયું છે.

પ્રેમ સાથે.....

ઉપસંહાર

ઘણું બધું કરવાનું હજુ બાકી છે

'પોતાના ભવિષ્યની યોજના બનાવો, કારણ કે
તેના દ્વારા જ તમે પોતાનું શેષ જીવન વ્યતીત કરવાના છો.'
-માર્ક ટ્વેન (લેખક, હાસ્યકાર અને ઉદ્યમી)

હવે તમે પોતાના પ્રવાસના અંતિમ પડાવ સુધી પહોંચી ગયા છે. અર્થાત અહીં માત્ર આ પ્રવાસનો અંત છે. આથી એકવાર આ પુસ્તકને અને નાઓમીને 'આવજો....' કહ્યા પછી તમારો પ્રવાસ અહીં પૂર્ણ થયો, પરંતુ એક સાહસિક પ્રવાસનો આરંભ થવાનો છે. એક એવો સાહસિક પ્રવાસ જે તમારા ઉદ્દેશ પ્રમાણેનો હશે. તમારી સામે તમારી જિંદગીનું એક મિશન હશે. જેનાથી તમારી જિંદગીને એક નવી દિશા અને ઓળખ મળશે.

ટ્રેનમાંથી ઉતરતા પહેલા નાઓમી તમને ભેટી પડે છે. જતાં-જતાં તે કહે છે કે, 'અહીંથી આગળનો પ્રવાસ વધારે રોમાંચક થવાનો છે.'

એકવાર ગામના ખૂબ આશાવાદી વડીલે, જેમની ઉંમર ઘણી વધારે હતી તેમણે હેક્ટર અને ફ્રાન્સેસ્કને કહ્યું હતું કે, 'હજુ પણ ઘણું કરવાનું બાકી છે.'

કેટલું સુંદર પરંતુ અદ્ભુત સત્ય છે.

જો તમારા કામ તમે ધાર્યા પ્રમાણે નથી થઈ રહ્યા તો ચિંતા ન કરશો, નારાજ ના થશો. તમે ફરીથી શરૂઆત કરી શકો છો કારણ કે હજુ પણ બધું જ કરવાનું બાકી છે.

જો તમે જાણો છો કે તમે શું કરવા ઈચ્છો છો પરંતુ એ નથી જાણતા કે તેને કેવી રીતે કરવામાં આવે, તો પણ કંઈ વાંધો નહીં કારણ કે જેમ-જેમ તમે પોતાની

ઇકિગાઈના માર્ગ પર આગળ વધતા જશો, તેમ-તેમ સમય પોતે જ આગળ વધવાનો માર્ગ દેખાડશે, જે તમને તમારા લક્ષ્ય તરફ લઈ જશે. હજુ પણ ઘણું કરવાનું બાકી છે. બસ, તમારે પોતાના ઉદ્દેશને પકડીને ચાલવાની જરૂર છે.

ત્યાં સુધી કે જો તમે હજુ પણ જાણતા નથી કે તમારે તમારા જીવનમાં આગળ શું કરવાનું છે, તો ગભરાશો નહીં, નિર્ભયતાપૂર્વક સ્વીકાર કરો કે હજુ ઘણું બધું કરવાનું બાકી છે અને તમારી ઇકિગાઈ તમને સમજાઈ જશે, એ વાત પર ભરોસો રાખજો.

આ પુસ્તક તમને શરૂઆત કરવા માટે ચોક્કસ ઉપયોગી થશે. આ પુસ્તકના માધ્યમથી તમને ઓજારો ભરેલી પેટી મળી છે જે તમને તમારા વિચારોને આકાર આપવામાં અને પોતાના ઉદ્દેશને મૂર્ત રૂપ આપવામાં મદદરૂપ થશે.

હવે તમને પોતાની ઇકિગાઈ પ્રાપ્ત કરવા અંગેની બધી જ બાબતો સમજાઈ ગઈ છે. તો હવે પૂર્ણ સાહસની સાથે પોતાના ઇકિગાઈના માર્ગ પર શોધકાર્યની શરૂઆત કરો.

આભાર

જોઆના કોસ્ટા નુફિંકે, જે એક ખૂબ સારા મિત્ર અને સંપાદક છે જેમણે આ આંતરરાષ્ટ્રીય પ્રકલ્પની યોજના વિશે કોઈ પ્રકારની શંકા કર્યા વિના આંખ બંધ કરીને ભરોસો મૂક્યો.

અન્ના કેસલ્સ અને પેટ્રીજિયા કેમ્પાનાનો, જેમણે દેશભરમાં ફરીને આ પુસ્તકનો પ્રચાર કર્યો અને ઘેર-ઘેર, કુટુંબો, બાળકો અને કિશોરો સુધી ઇકિગાઈનો સંદેશ પહોંચાડ્યો.

સેંડ્રા બ્રુના અને તેમની સમગ્ર ટીમનો, આખા વિશ્વમાં ઇકિગાઈનો પ્રચાર-પ્રસાર કરવામાં મદદ કરવા માટે.

એ તમામ સંપાદકોનો જેમણે આ પુસ્તકને લગભગ સાઈઠ ભાષામાં પ્રકાશિત કરી છે અને વિશેષ કરીને યુવાન લોકો માટે એક નવી અવધારણા સાથે એક નવા યુગનો આરંભ કરવા માટે.

ઓપરા વિનફ્રે, મેરી કોંડો, મિહાલી સિક્સજેંટમિહાલી, ક્રિસ ઈવાન્સ વગેરે કલાકારો અને અન્ય હસ્તીઓનો, જેમણે પોતાના સામાજિક નેટવર્ક પર આ પુસ્તકની પ્રશંસા કરી છે અને સામાન્ય જનતાને આ વિશે જાગૃત કરી છે.

સમજદાર યોશિયાકી નો, જેમણે આપણને જાપાની શતાબ્દીના રહસ્યોની શોધ કરવા માટે અને ઓગિમીનો પ્રવાસ કરવા માટે પ્રોત્સાહિત કર્યા.

બધા મિત્રો અને વાચકોનો, અમારી ઇકિગાઈનો ભાગ થવા માટે.

લેખક પરિચય

હેકટર ગાર્સિયા તેમનો જન્મ સ્પેનમાં થયો હતો પરંતુ છેલ્લા પંદર વર્ષોથી તે જાપાનમાં જ વસે છે. તે એક પ્રશિક્ષિત એન્જિનિયર છે અને તેમણે જાપાન જતાં પહેલા સર્ન (સ્વિટ્ઝરલેન્ડ) માં કામ કર્યું. જાપાનના ટોકિયોમાં તે એક અમેરિકન બહુરાષ્ટ્રીય કંપનીના જાપાની કાર્યાલયમાં કાર્યરત છે. તુ.ૌ.ટ્રિહી.ર્ઠ્ઠ દ્વારા બ્લોગ લખે છે. તેમણે ઘણા પુરસ્કાર મેળવ્યા છે અને સોળ વર્ષોથી બ્લોગ વિશ્વમાં બેસ્ટસેલરનો રેકોર્ડ પણ બનાવ્યો છે. તેમણે ‘અ ગ્રીક ઈન જાપાન’ નામનું બેસ્ટસેલર પુસ્તક પણ લખ્યું છે.

ફ્રાન્સેસ્ક મિરાલેસ આ એક બહુ-પુરસ્કાર વિજેતા લેખક છે. તેમણે ઘણા સફળ પુસ્તકો લખ્યા છે. તેમનો જન્મ બાર્સિલોનામાં થયો હત. તેમણે જર્મન ભાષાશાસ્ત્રમાં સ્નાતકની પદવી પ્રાપ્ત કરી અને એક સંપાદક, પત્રકાર અને કલા ચિકિત્સક તરીકે કામ પણ કર્યું. અત્યારના દિવસોમાં તે દુનિયાભરમાં ભાષણ આપે છે અને વિવિધ પ્રકારના મીડિયામાં મનોવિજ્ઞાન અને આધ્યાત્મિકતા વિશે લખે છે. તેમના પુસ્તકો સમગ્ર વિશ્વમાં પ્રકાશિત થાય છે. તેમની નવલકથા લવ ઈન લોઅર કેસનો ૨૭ ભાષામાં અનુવાદ કરવામાં આવ્યો છે.

તેમણે સાથે મળીને ‘ઈકિગાઈ : ધ જાપાની સીક્રેટ ટુ અ લોંગ એન્ડ હેપ્પી લાઈફ’ પુસ્તક લખ્યું, જેનો ૫૬ ભાષાઓમાં અનુવાદ કરવામાં આવ્યો છે તથા યુ.કે., યુ.એસ.એ., હોલેન્ડ, ભારત અને તુર્કી વચ્ચે બુક-સેલિંગ ચાર્ટમાં સૌથી ઉપર છે. તેની લગભગ ૨૦ લાખ નકલો વેચાઈ ચૂકી છે. તે ધ ઈકિગાઈ જર્ની, ફોરેસ્ટ બાથિંગ : ધ રિજુવેનેટિંગ પ્રેક્ટિસ ઓફ શિનરિન યોકુ અને ધ બુક ઓફ ઈચિગો ઈચીના લેખક પણ છે.

તેજજ્ઞાન ફાઉન્ડેશન – પરિચય

તેજજ્ઞાન ફાઉન્ડેશન આત્મવિકાસથી આત્મસાક્ષાત્કાર પ્રાપ્ત કરવાનો એક માર્ગ છે. આ માટે સરશ્રી દ્વારા એક અનોખી બોધ પદ્ધતિ (System for Wisdom) નું સર્જન થયું છે. આ પદ્ધતિને આંતરરાષ્ટ્રીય માપદંડ ISO 9001:2015 ની આવશ્યકતાઓ અને નિર્દેશોને અનુરૂપ ઢાળીને સરળ, વ્યવહારિક અને પ્રભાવી બનાવવામાં આવી છે. આ સંસ્થાની બોધ પદ્ધતિના વિવિધ પાસાઓ (શિક્ષણ, નિરીક્ષણ અને ગુણવત્તા) ને સ્વતંત્ર ગુણવત્તા પરીક્ષકો (Quality Auditors) દ્વારા ક્રમબદ્ધ રીતે તપાસવામાં આવ્યા. જે પછી આ પાસાઓને ISO 9001:2015ને અનુરૂપ માન્યતા મળતા, આ બોધ પદ્ધતિને પ્રમાણિત કરવામાં આવી છે. ફાઉન્ડેશનનું લક્ષ્ય તમને નકારાત્મક વિચારથી સકારાત્મક વિચાર તરફ વધારવાનું છે.

Tejgyan Foundation Parichay

Happy Thoughts Tejgyan Youtube Channel

મહાઆસમાની – અલ્પ પરિચય

Self Development to Self Realization Towords Self Stabilizaion

શું તમને ઉચ્ચતમ આનંદ મેળવવાની ઈચ્છા છે ? એવો આનંદ, જે કોઈ કારણ પર નિર્ભર નથી, જેમાં સમયની સાથે માત્ર વધારો જ થાય છે. શું તમે આ જ જીવનમાં પ્રેમ, વિશ્વાસ, શાંતિ, સમૃદ્ધિ અને પરમસંતુષ્ટિ મેળવવા ઈચ્છો છો ? શું તમે શારીરિક, માનસિક, સામાજિક, આર્થિક અને આધ્યાત્મિક આ બધા જ સ્તર પર સફળતા પ્રાપ્ત કરવા ઈચ્છો છો ? શું તમે 'હું કોણ છું' આ પ્રશ્નનો જવાબ અનુભવથી મેળવવા ઈચ્છો છો ? જો તમારી અંદર આ સવાલોના જવાબ જાણવાની અને 'અંતિમ સત્ય' પ્રાપ્ત કરવાની તરસ જાગી છે તો તેજજ્ઞાન ફાઉન્ડેશન દ્વારા આયોજિત 'મહાઆસમાની પરમ જ્ઞાન શિબિર'માં આપનું સ્વાગત છે. આ શિબિર પૂર્ણપણે સરશ્રીના શિક્ષણ પર આધારિત છે.

Mahaasmani Alpa Parichay

Happy Thoughts Sirshree (English) Youtube Channel

સરશ્રી દ્વારા રચિત પુસ્તકોની જાણકારી

સરશ્રીએ વિવિધ વિષયો પર ૧૫૦ કરતાં વધારે પુસ્તકોનું લેખન કર્યું છે. જેમાં-થી 'વિચાર નિયમ', 'વિશ્વાસ નિયમ', 'સ્વસંવાદ કા જાદુ', 'સ્વયં કા સામના', 'સ્વીકાર કા જાદુ', 'નિર્ણય ઔર જિમ્મેદારી', 'નિઃશબ્દ સંવાદ કા જાદુ', 'સંપૂર્ણ ધ્યાન' વગેરે પુસ્તકો બેસ્ટસેલર બની ચૂક્યા છે. આ પુસ્તકો દસથી વધારે ભાષાઓમાં અનુવાદિત થઈ ચૂક્યા છે અને મુખ્ય પ્રકાશકો દ્વારા પ્રકાશિત કરવામાં આવ્યા છે, જેમ કે પેંગ્વિન બુક્સ, જયકો બુક્સ, મંજુલ પબ્લિશિંગ હાઉસ, પ્રભાત પ્રકાશન, રાજપાલ એન્ડ સન્સ, પેંટાગોન પ્રેસ, સકાળ પ્રકાશન વગેરે.

વિચાર નિયમ
તમારી સફળતાનું રહસ્ય

વિશ્વાસ નિયમ
સર્વોચ્ચ શક્તિના સાત નિયમ

પુસ્તકો ઓર્ડર કરવા માટે લોગ ઈન કરો -

www.gethappythoughts.org

પુસ્તકો વિશે વધારે જાણકારી મેળવવા માટે સંપર્ક કરો –

ફોન નં. 88 88 999 171

તેજજ્ઞાન ફાઉન્ડેશન – મુખ્ય શાખાઓ

પૂણે (રજિસ્ટર્ડ ઓફિસ) – વિક્રાંત કોમ્પલેક્સ, તપોવન મંદિરની નજીક, પિંપરી, પૂણે – 411017 ફોન : 020-27411240, 27412576

મનન આશ્રમ - સર્વે નં -૪૩, સનસ નગર, નાંદોશી ગામ, કિરકટવાડી ફાટા, તહસીલ - હવેલી, જિલ્લા – પૂણે – 411024. ફોન : 09921008060

નમ્ર નિવેદન

વિશ્વ શાંતિ માટે લાખો લોકો પ્રતિદિન સવારે અને રાત્રે નવ વાગીને નવ મિનિટે ઉપર આપવામાં આવેલી પ્રાર્થના કરે છે. કૃપા કરીને આપ પણ તેમાં સામેલ થઈ જાઓ.

www.ingramcontent.com/pod-product-compliance
Lightning Source LLC
Chambersburg PA
CBHW031327230926
51848CB00001B/130
9788169572057